ജൽപായ്ഗുരിയിലെ അർദ്ധയാമം

jalpayguriyile ardhayamam
stories

•

s sarojam

•

first edition
september 2018

•

typesetting & published
chintha publishers, thiruvananthapuram

•

cover
vinod

വിതരണം

ദേശാഭിമാനി ബുക്ക് ഹൗസ്

H O തിരുവനന്തപുരം-695 035
phone: 0471-2303026, 6063026
www.chinthapublishers.com
chinthapublishers@gmail.com

ബ്രാഞ്ചുകൾ

ഹെഡ്ഡാഫീസ് ബ്രാഞ്ച് കുന്നുകുഴി • സ്റ്റാച്യു തിരുവനന്തപുരം • കെ എസ് ആർ ടി സി ബസ് സ്റ്റേഷൻ ആലപ്പുഴ • കെ എസ് ആർ ടി സി ബസ് സ്റ്റേഷൻ എറണാകുളം • മച്ചിങ്ങൽ ലെയ്ൻ തൃശൂർ • ഐ ജി റോഡ് കോഴിക്കോട് • മാവൂർ റോഡ് കോഴിക്കോട് • എൻ ജി ഒ യൂണിയൻ ബിൽഡിങ് കണ്ണൂർ • സെൻട്രൽ ബസ് ടെർമിനൽ കോംപ്ലക്സ് താവക്കര കണ്ണൂർ

CO - 2699 / 4734
ISBN -978-93-87842-77-9

ജൽപായ്ഗുരിയിലെ അർദ്ധയാമം

(കഥകൾ)

എസ് സരോജം

ചിന്ത പബ്ലിഷേഴ്സ്
തിരുവനന്തപുരം-695 035

എസ് സരോജം

തിരുവനന്തപുരം ജില്ലയിൽ, കാട്ടാക്കട താലൂക്കിൽ, പാപ്പനം ഗ്രാമത്തിൽ ജനനം. പ്രൈമറിസ്കൂൾ കാനക്കോട്, യു പി എസ് പ്ലാവൂർ, ഹൈസ്കൂൾ കാട്ടാക്കട, ക്രിസ്ത്യൻ കോളേജ് കാട്ടാക്കട, ആൾസെയിന്റ്സ് കോളേജ് തിരുവനന്തപുരം എന്നിവിടങ്ങളിൽ വിദ്യാഭ്യാസം. കേരള ഗവൺമെന്റ് സെക്രട്ടറിയേറ്റിൽ ഡെപ്യൂട്ടിസെക്രട്ടറിയായിരുന്നു. ദേവകിവാര്യർ സ്മാരക പുരസ്കാരം (കവിത) - 2006, റൈറ്റേഴ്സ്ഫോറം കഥാപീഠം ജൂറി പുരസ്കാരം - 2007, പുരോഗമന കലാസാഹിത്യസംഘം കഥാപുരസ്കാരം -2007, ജ്വാല (മുംബൈ) അക്ഷരപ്രതിഭ പുരസ്കാരം (കഥ) -2012, അഴീക്കൽ കൃഷ്ണൻകുട്ടി സ്മാരക പുരസ്കാരം (കവിത)-2013, വിതുരോദയം സാഹിത്യ പുരസ്കാരം (കവിത) - 2013, തിക്കുറിശ്ശി സ്മാരക സാഹിത്യ പുരസ്കാരം (നിരൂപണസാഹിത്യം) -2014, ഡോ. സുകുമാർ അഴിക്കോട് തത്ത്വമസി നവാഗതപ്രതിഭാപുരസ്കാരം (നിരൂപണസാഹിത്യം)-2016, രവി ചുനാടൻ സ്മാരക സമഗ്ര സംഭാവനാ പുരസ്കാരം - 2016, രാജലക്ഷ്മി പുരസ്കാരം (നോവൽ) - 2017, ഗീതാഞ്ജലി സാഹിത്യപുരസ്കാരം (നോവൽ) - 2017 എന്നീ പുരസ്കാരങ്ങൾ നേടി.

കൃതികൾ: *മഴയെ സ്നേഹിക്കുന്ന പെൺകുട്ടി*, *വലക്കണ്ണികളിൽ കാണാത്തത്*, *ആകാശത്തേക്കു പറക്കുന്ന അക്ഷരങ്ങൾ* (കഥാസമാഹാരങ്ങൾ), *സിംഹമുദ്ര*, *ഒറ്റനിലം*, *ഡിസൈനർ ബേബി* (നോവലുകൾ), *അച്ചുതണ്ടിലെ യാത്ര*, *സോനമാർഗ്ഗിലെ ചെമ്മരിയാടുകൾ* (കവിതകൾ), *ദാവണി* - എഡിറ്റു ചെയ്ത നോവലെറ്റുകൾ, *ക്ഷുഭിതകാലത്തിന്റെ സുവിശേഷകൻ* (സാഹിത്യനിരൂപണം), *സീറോപോയിന്റ്*, *ഭൂട്ടാൻ നേർക്കാഴ്ചകളും ഉൾക്കാഴ്ചകളും* (യാത്രാവിവരണം)

വിലാസം : സരോവരം
അലകുന്നം
പേയാട്
തിരുവനന്തപുരം 695573
ഫോൺ : 9447276351
email : ssarojam.writer@mail.com

ഉള്ളടക്കം

പ്രസാധകക്കുറിപ്പ്

ലോകം അതിവേഗം മാറുന്നു. മാറുന്ന ലോകത്തിൽ മാറാൻ മടിക്കുന്ന മനുഷ്യരുടെ സങ്കടങ്ങളാണ് സരോജത്തിന്റെ കഥാ ഭൂമിക. പുതിയ കാലവുമായി സംഘർഷത്തിൽ ഏർപ്പെടുന്ന കഥാപാത്രങ്ങൾ നന്മതിന്മയുടെ പ്രതീക ദ്വന്ദ്വങ്ങളായല്ല, പച്ച മനുഷ്യരായാണ് ജീവൻ വയ്ക്കുന്നത്. കഥാകാരിയുടെ ദീർഘ സഞ്ചാരങ്ങൾക്കിടയിൽ പിടഞ്ഞുവീണ ഏതോ ഒരു നിമിഷമാവാം *ജൽപായ്ഗുരിയിലെ അർദ്ധയാമം* എന്ന ശീർഷക കഥ. മാറിവരുന്ന കാലത്തിനു മുന്നേ സഞ്ചരിക്കാൻ വെമ്പുന്ന മനുഷ്യരെ ഈ കഥാസമാഹാരത്തിൽ കണ്ടെത്തുന്നു. വൈവിദ്ധ്യങ്ങളുടെ കൂടിക്കലരലാണ് ജീവിതത്തിലെന്നപോലെ കഥകളിലും പ്രധാനം. പാരായണക്ഷമമായ ഇതിലെ കഥകളിലൂടെ നിങ്ങൾക്ക് ഒറ്റയിരുപ്പിൽ കടന്നുപോകാം.

ചിന്ത പബ്ലിഷേഴ്സ്

മുൻമൊഴി

കാൾ സാഗന്റെ കോസ്മിക് കലണ്ടർ പ്രകാരം പ്രപഞ്ച ചരിത്രത്തിൽ മനുഷ്യന്റെ കഥ വെറും എട്ടുമിനിറ്റിൽ (യഥാർത്ഥ സ്കെയിലിൽ രണ്ടുലക്ഷം വർഷം) ഒതുങ്ങുന്നു! അതിനിടയിൽ അധികാരത്തിന്റെയും ആധിപത്യത്തിന്റെയും സ്ഥാനമെവിടെ, കലയുടെയും സാഹിത്യത്തിന്റെയുമൊക്കെ ആയുസ്സെത്ര എന്നൊക്കെ ചിന്തിച്ച് നിസ്സാരപ്പെടാറുണ്ട് ചിലപ്പോഴൊക്കെ. എങ്കിലും ഒരു സെക്കന്റുപോലും ദൈർഘ്യമില്ലാത്ത ജീവിതമോരോന്നും ഓരോ കഥയായി മനസ്സിനെ മഥിക്കുമ്പോൾ അതിൽനിന്ന് അടർത്തിയെടുക്കുന്ന അപൂർവ്വതകളെ അടയാളപ്പെടുത്താതിരിക്കാനാവുന്നില്ല. പച്ചയായ ജീവിതത്തിൽ കച്ചവടതന്ത്രങ്ങൾക്കും പരീക്ഷണവിക്രിയകൾക്കും എന്തു പ്രസക്തി! ഉത്തരമില്ലാത്ത ചോദ്യങ്ങൾ എന്നു പറയുന്നതിൽ അർത്ഥമില്ല; ശരിയായ ഉത്തരങ്ങൾ കണ്ടെത്തുക അത്ര എളുപ്പമല്ല എന്നുമാത്രം. ഏതു പ്രശ്നത്തെ അഭിമുഖീകരിക്കുമ്പോഴും 'കല്യാണി'യെപ്പോലെ ചിരിക്കുന്ന മനസ്സിനെ കൂട്ടുപിടിക്കുന്നു. ഇരുണ്ട രാത്രികളിലാണല്ലോ മിന്നുന്ന നക്ഷത്രങ്ങളെ കാണാനാവുക. എഴുത്തും വായനയും സഞ്ചാരവുമൊക്കെ നിമിഷജീവിതത്തിന്റെ നോവും മധുരവുമായി കഥകളിൽ ചേർത്തുവയ്ക്കുന്നു. പ്രിയമുള്ളവരേ, കഥയിലെ ജീവിതത്തെ നിങ്ങൾതന്നെ അളന്നെടുത്തുകൊള്ളുക.

എസ് സരോജം

കല്യാണിയുടെ ചിരി

രാത്രിയുടെ അരികുപറ്റിപ്പറക്കുന്ന മിന്നാമിന്നികളെ നോക്കി വയൽ വരമ്പിൽനിന്നു ചിരിക്കുന്ന കല്യാണിയെ കണ്ട് നാരായണൻ ഞെട്ടി പുറകോട്ടുമാറി. കന്യാടാക്കീസീന്ന് *പാറുക്കുട്ടിയുടെ തിരോധാനം* കണ്ടിട്ടുള്ള വരവായിരുന്നു. ടാക്കീസിക്കേറുംമുമ്പ് ബിവറേജസിന്റെ ഔട്ട്ലെറ്റിൽ ക്യൂനിന്നു വാങ്ങിയ ഉശിരൻ സാധനത്തിന്റെ ബാക്കിയുംകൂടി അകത്താക്കി, ഒരു കൈയിൽ മിന്നുന്ന ടോർച്ചും മറുകൈയിൽ പുകയുന്ന ബീഡിയും തലയിൽക്കെട്ടും അരയിൽ കത്തിയും ചുണ്ടിൽ പാറുക്കുട്ടിയുടെ അഴകൊഴമ്പൻ പാട്ടും ഒക്കെയായി ഒരാഘോഷംപോലെയായിരുന്നു ആ വരവ്.

“നാരാണേട്ടൻ പേടിച്ചുപോയാ?” പൊട്ടിച്ചിരിച്ചുകൊണ്ട് കല്യാണി ചോദിച്ചു.

“ഞാനെന്തിനാ പേടിക്കണത്?” ധൈര്യം നടിച്ചുകൊണ്ട് നാരായണൻ നടത്തം തുടർന്നു.

“പടമെങ്ങനെ?” ഒപ്പം നടന്നുകൊണ്ട് കല്യാണി ചോദിച്ചു.

“കിടിലൻ” എന്ന വാക്കിനു കൂട്ടായി അയാൾ ഒരു കവിൾ ബീഡിപ്പുക ഇരുട്ടിലേക്കൂതിവിട്ടു. അത് പുതിയൊരു പുകച്ചിത്രംപോലെ ഇരുട്ടിന്റെ ചുവരിൽ നേർത്തുപരന്നു.

പൊട്ടിച്ചിരിച്ചുകൊണ്ട് കല്യാണി പറഞ്ഞു: “ഇതു കൊള്ളാല്ലോ നാരാണേട്ടാ, കൊക്ക് ചിറകുവിരിച്ചു പറക്കണപോലുണ്ട്.”

നാരായണൻ നടത്തത്തിനു വേഗത കൂട്ടിയതല്ലാതെ മറുപടിയൊന്നും പറഞ്ഞില്ല. ഇരുണ്ടമാനത്ത് അരണ്ടുമിന്നുന്ന നക്ഷത്രങ്ങളെ വിരൽതൊട്ടെണ്ണിക്കൊണ്ട് കല്യാണി അതേവേഗത്തിൽ അയാൾക്കൊപ്പം നടന്നു. നാരായണൻ വിയർക്കാൻ തുടങ്ങി.

ചാവുകുളത്തിന്റെ വരമ്പത്ത് കാലെടുത്തുവച്ചതും തവളകളുടെ മദപ്പാട്ട് ഉച്ചത്തിൽ മുഴങ്ങി. പെട്ടെന്നാരോ സ്വിച്ചിട്ടതുപോലെ ചുറ്റാകെ

നിലാവുദിച്ചു.

"കറുത്തവാവിനു നിലാവുദിച്ചോ?" നാരായണൻ ചോദിച്ചുതീരുംമുമ്പ് കുളത്തിന്റെ നാലതിരിൽനിന്നും പൊട്ടിച്ചിരി മുഴങ്ങി. പരിഭ്രാന്തനായ നാരായണൻ കണ്ടത് കുളത്തിനുമീതെ നാലുവരമ്പും നിറഞ്ഞുനില്ക്കുന്ന കല്യാണിയെ!

"അയ്യോ..... പ്രേതം!" എന്നൊരലർച്ചയോടെ അയാൾ കുളവരമ്പിൽ കുഴഞ്ഞുവീണു.

കുളത്തിലെ വെള്ളം മുഖത്തു ചിതറിവീണപ്പോൾ അയാൾ കണ്ണുതുറന്നു, "ച്ഛീ... മൂധേവീ മോന്തയ്ക്കു വെള്ളം ചീറ്റണാ?" എന്നു കോപിച്ചലറിക്കൊണ്ട് ചാടിയെണീറ്റു.

"ങ്ഹേ....!" നാരായണന്റെ കണ്ണുകൾ ആശ്ചര്യംകൊണ്ട് തുറിച്ചു: താനെങ്ങനെ ഉത്സവപ്പറമ്പിലെത്തി?

അലങ്കാരവിളക്കുകളുടെ വർണ്ണവെളിച്ചത്തിൽ മുങ്ങിനില്ക്കുന്ന ദേവീക്ഷേത്രം. ക്ഷേത്രമൈതാനത്തിന്റെ ചുറ്റരികുകളിൽ ഇടംപിടിച്ചിരിക്കുന്ന കച്ചവടക്കാർക്കു മുന്നിൽ വളയണിയാൻ തിരക്കുകൂട്ടുന്ന പെണ്ണുങ്ങൾ.... കളിപ്പാട്ടങ്ങൾക്കായി വാശിപിടിക്കുന്ന കുഞ്ഞുങ്ങൾ..... പൊരിക്കടലയും കപ്പലണ്ടിയും കൊറിച്ചുനടക്കുന്ന ചെറുപ്പക്കാർ..... നാരങ്ങമിഠായിയും ഐസ്സ്റ്റിക്കും നുണയുന്ന കുട്ടികൾ..... പഴംപൊരിയും കാരവടയും തിന്നുന്ന വയസ്സന്മാർ....

മയിലെണ്ണയും യൂക്കാലിത്തൈലവുമൊക്കെ ചുറ്റും കൂടിനില്ക്കുന്നവരുടെ കൈയിലും മൂക്കിലും തൊട്ടുതേച്ച്, മേന്മ വിളിച്ചോതി വില്പന കൊഴുപ്പിക്കുന്ന കോടാങ്ങികൾ.....

ഭാവി പ്രവചിക്കുന്ന കൈനോട്ടക്കാരും പക്ഷിശാസ്ത്രക്കാരും.....

എല്ലായിടത്തും തിരക്കു തന്നെ. ഒരു ഗ്രാമം മുഴുവൻ ഉത്സവപ്പറമ്പിലേക്ക് ഒഴുകിയെത്തിയതുപോലുണ്ട്.

തിരക്കിനിടയിൽ പെണ്ണുങ്ങളെ തൊട്ടും പിടിച്ചും കമന്റടിച്ചും സൊറ പറഞ്ഞും ചുറ്റിത്തിരിയുന്ന ആണുങ്ങൾ....

ഉത്സവമേളങ്ങൾക്കിടയിൽ മൊട്ടിടുന്ന നിമിഷപ്രേമങ്ങൾ....

അങ്ങനെ എത്രയെത്ര കാഴ്ചകൾ!

കണ്ണഞ്ചുന്ന കാഴ്ചകൾക്കിടയിൽ ഒരു നിഷേധസൗന്ദര്യംപോലെ കല്യാണി! തീപറക്കുന്ന കണ്ണുകളും തെറിച്ചചിരിയുമായി അവൾ ഉത്സവപ്പറമ്പാകെ നിറഞ്ഞുനിന്നു. കൊടിയേറ്റു മുതൽ പറണേറ്റുവരെ അവൾ ക്ഷേത്രപ്പറമ്പുവിട്ട് എങ്ങോട്ടും പോവാറില്ലത്രെ.

ദാരികന്റെ തലയറുത്ത് ഭദ്രകാളിയുടെ കലിയടങ്ങുമ്പോഴാണ് കല്യാണിക്കും കലിയടങ്ങുക. ഉത്സവത്തിന്റെ അവസാനയിനമായ വെടിക്കെട്ടും കണ്ട് സന്തുഷ്ടയായി അവൾ മടങ്ങും. പിന്നെ അടുത്ത കൊടിയേറ്റുവരെ അവളുടെ പൊടിപോലും അവിടെങ്ങും കാണില്ല. എങ്ങോട്ടാണവൾ പോകുന്നതെന്നുമാത്രം ആർക്കുമറിയില്ല. എവിടെപ്പോയാലും ആണ്ടോടാണ്ട് ഉത്സവകാലത്ത് ക്ഷേത്രപ്പറമ്പിൽ പ്രത്യക്ഷപ്പെടാറുണ്ടെന്നാണ് നാട്ടുകാർ പറയുന്നത്.

അങ്ങനെ കല്യാണിയിപ്പോൾ കെട്ടുകഥകളിൽ ജീവിക്കുന്ന ഒരത്ഭുതകഥാപാത്രമായി മാറിയിരിക്കുന്നു.

കല്യാണിയെപ്പറ്റിയുള്ള കഥകൾ കേട്ട് നാരായണൻ അമ്പരന്നു. ഓർമ്മയുടെ ആകാശങ്ങളിൽ വർണ്ണപ്പൂക്കൾ വിതറി പൊട്ടിച്ചിതറുന്ന കതിനകൾ. കതിനകളേക്കാളുച്ചത്തിൽ പൊട്ടിച്ചിതറുന്ന പെൺചിരി. ചിരിയുടെ ഉടമയെത്തേടിയ കണ്ണുകൾ ക്ഷേത്രമുറ്റത്തെ അരയാൽചുവട്ടിലെത്തി. പുടവത്തുമ്പു ചെരിച്ചുകുത്തി, മുറുക്കിച്ചുവപ്പിച്ച ചുണ്ടും കൂസലില്ലാത്ത നോട്ടവുമായി ഒരു പെണ്ണ്! *ഉത്തരാസ്വയംവരവും നളചരിതവും* ഭരണിപ്പാട്ടുമൊക്കെ അരങ്ങേറുന്ന ക്ഷേത്രപ്പറമ്പുകളിലെങ്ങും കണ്ടിട്ടില്ലാത്ത ഒരു ധിക്കാരച്ചന്തം!

മുറുക്കാൻ ചവച്ചുനില്ക്കുന്ന കല്യാണിയുടെ മുന്നിൽനിന്ന് ഇളിഭ്യനായി പിൻവാങ്ങുന്ന ചട്ടമ്പിത്തലവൻ രാഘവൻ!

"അവന്റെ ചട്ടമ്പിത്തരമൊന്നും അവൾടടുത്തു നടക്കൂല്ല, ഉണ്ണിയാർച്ചേടനിയത്തിയല്ല്യോ." ആർക്കും വഴങ്ങാത്ത കല്യാണിയെപ്പറ്റി കഥകൾ പറഞ്ഞുപരത്തുന്ന കൊതിനാവുകൾ കുശുകുശുത്തു.

കല്യാണി ആരോടുമങ്ങനെ നാവെടുത്തു മിണ്ടാറില്ല. എങ്കിലും എല്ലാർക്കും കല്യാണിയെ ഇഷ്ടമാണ്, ഇഷ്ടമെന്നു പറഞ്ഞാൽ പേടി കലർന്ന ഒരിഷ്ടം.

അവളെക്കുറിച്ചുള്ള വീരകഥകൾ കേട്ടപ്പോൾ നാരായണനും തോന്നി അവളോടൊരിഷ്ടം; വെറും ഇഷ്ടമല്ല, ഒരാരാധന.

വെടിക്കെട്ടിന്റെ ആകാശക്കാഴ്ചകൾക്കിടയിൽ അയാൾ ഇമവെട്ടാതെ അവളെത്തന്നെ നോക്കിനിന്നു.

ആണത്തമുള്ള ആ നില്പും നോട്ടവും കല്യാണിക്കും നന്നേ രസിച്ചു. തിരക്കിനെ വകഞ്ഞുമാറ്റിക്കൊണ്ട് അവൾ അയാളുടെ അടുത്തേക്കുചെന്നു. ഒരു കാല്പാടകലത്തിൽ നിന്നുകൊണ്ട് പരുഷസ്വരത്തിൽ ചോദിച്ചു: "തന്റെ പേരെന്താ?"

"നാരായണൻ"

"താനെന്താ തുറിച്ചുനോക്കണത്? പെണ്ണുങ്ങളെ കണ്ടിട്ടില്ലാത്ത പോലെ...."

മീശപിരിച്ചുകൊണ്ട് അയാൾ പറഞ്ഞു: "പെണ്ണുങ്ങളെ കണ്ടിട്ടുണ്ട്. പക്ഷേ, നിന്നെപ്പോലൊരെണ്ണത്തിനെ വേറെ കണ്ടിട്ടില്ല."

അയാളുടെ വാക്കുകൾക്ക് വാറ്റുചാരായത്തിന്റെയും മസാലയിറച്ചിയുടെയും മണമാണെന്ന് കല്യാണിക്കു തോന്നി.

അവൾ അയാളെ കളിയാക്കുന്ന മട്ടിൽ ഉറക്കെച്ചിരിച്ചുകൊണ്ട് പറഞ്ഞു: "അയ്യടാ.... ചട്ടമ്പിക്ക് പ്രേമപ്പനി പിടിച്ചെന്നു തോന്നുണല്ല്"

"എന്താടീ... നിന്നെ പ്രേമിച്ചാ തൂക്കിക്കൊല്ലുമോ?"

പൊട്ടിച്ചിരിച്ചുകൊണ്ട് അവൾ പറഞ്ഞു: "ആഹാ...! തനിക്ക് തമാശപറയാനും അറിയാമല്ല്."

"തമാശയല്ല, കാര്യമായിട്ടുതന്നാ ചോദിച്ചത്."

നാരായണന്റെ ചോദ്യത്തിനു മറുപടിയെന്നപോലെ കല്യാണി

ഉറക്കെ ചിരിച്ചു. ഇടയ്ക്കിടെ അയാൾ ഊതിവിട്ട പുകച്ചുരുളുകൾ പക്ഷിയുടെയും പെണ്ണിന്റെയുമൊക്കെ രൂപത്തിൽ നേർത്തുപരന്ന് ഇല്ലാതാവുന്നതും നോക്കി അവൾ ചിരിച്ചുകൊണ്ടിരുന്നു.

ശരീരത്തിന്റെ ഉണർച്ചകളെ അവളുടെ ആ തെറിച്ചചിരിയിൽ മുക്കിപ്പിഴിഞ്ഞുകൊണ്ട് നാരായണൻ അവളുടെ അരികിലേക്ക് നീങ്ങിനിന്നു.

വെടിക്കെട്ടു തീരാറായപ്പോൾ മീശപിരിച്ചുകൊണ്ട് അയാൾ ചോദിച്ചു: "എന്റെ കൂടെ പോരുന്നോടീ?"

പൊട്ടിച്ചിരിച്ചുകൊണ്ട് അവൾ ചോദിച്ചു: "എവിടേക്ക്?"

"എന്റെ വീട്ടിലേക്ക്."

കല്യാണിക്ക് ചിരിയടക്കാൻ കഴിഞ്ഞില്ല. മീശപിരിച്ചും കത്തികാണിച്ചും പേടിപ്പിച്ചു കീഴ്പ്പെടുത്തുന്ന അടവ് ഇവിടെ ചെലവാവില്ല മോനേ എന്നൊരു ധ്വനി ആ ചിരിയിൽ ഒളിഞ്ഞിരിക്കുന്നതായി നാരായണനു തോന്നി. അയാൾക്ക് അവളോട് തോന്നിയ ഇഷ്ടവും ആവേശവും ഇരട്ടിച്ചു. കാന്താരിക്കുന്നിൽനിന്നിറങ്ങിവന്നതുപോലുള്ള ആ എരിപൊരിച്ചന്തത്തിൽ എല്ലാംമറന്നുനില്ക്കേ വിരലുകൾക്കിടയിൽ ബീഡിക്കുറ്റി എരിഞ്ഞുതീർന്നു. അയാൾ തെല്ലൊരു ജാള്യതയോടെ പൊള്ളിയ വിരലിടകളിൽ ഉമിനീരു പുരട്ടി. കല്യാണി വാപൊത്തിച്ചിരിച്ചു. നാരായണനു കലി കയറി. അയാൾ അവളുടെ കാതോരംചേർന്നലറി: "നിർത്തെടീ നിന്റെ ഒടുക്കത്തെയൊരു ചിരി." പിന്നെ സ്വരംതാഴ്ത്തിപ്പറഞ്ഞു: "നാരായണനു പെണ്ണുകിട്ടാൻ പഞ്ഞമുണ്ടായിട്ടല്ല, നിന്റെയീ തന്റേടമുണ്ടല്ലോ അതു നാരായണനങ്ങു പിടിച്ചുപോയി. പുന്നാരംപറഞ്ഞു പാട്ടിലാക്കാനൊന്നും എനിക്കറിഞ്ഞൂട. നിനക്കെന്നെ പിടിച്ചെങ്കി കൂടെ വാ."

കല്യാണിയുടെ ഉള്ളിൽ ഒരു പ്രണയക്കതിന പൊട്ടിച്ചിതറി. ഉത്സവലഹരിയിൽ ആണ്ടിരുന്ന ദേവിയെ സാക്ഷിയാക്കി, നാരായണൻ പോലുമറിയാതെ, അവളുടെ സ്വയംവരം കഴിഞ്ഞു.

തിരിഞ്ഞുനടന്ന നാരായണന്റെയൊപ്പം പൊത്തിപ്പിടിച്ച ചിരിയുമായി അവൾ നടന്നു.

നാരായണന്റെ ചുണ്ടിൽ ബീഡിയും കൈയിൽ ടോർച്ചും മിന്നിക്കൊണ്ടിരുന്നതല്ലാതെ വഴിയിൽ രണ്ടാൾക്കും മിണ്ടാട്ടമുണ്ടായില്ല. മുൻപരിചയമേതുമില്ലാത്ത ഒരാണിനോടൊപ്പം ഇറങ്ങിത്തിരിച്ചതിന്റെ ശരിതെറ്റുവിചാരങ്ങളോ ചെന്നുകയറാൻപോകുന്ന വീടിനെക്കുറിച്ചുള്ള ഉൽക്കണ്ഠയോ ഒന്നും കല്യാണിയുടെ മനസ്സിലേക്കു കടന്നുചെന്നില്ല. കണ്ണും കാതും രാപ്രകൃതിയിലേക്കു തുറന്നുപിടിച്ചിരിക്കുകയായിരുന്നു അവൾ. ഇരതേടാനിറങ്ങിയ മിന്നാമിന്നികൾ ഇരവിന്റെ മുടിയിഴകളിൽ നിലാപ്പൊട്ടുകൾപോലെ പറ്റിയിരിക്കുന്നതും മരപ്പൊത്തുകളിൽ മൂളിപ്പറഞ്ഞിരിക്കുന്ന മൂങ്ങകളുടെ വെള്ളിക്കണ്ണുകളുടെ തിളക്കവും തീറ്റപ്പഴങ്ങൾ തേടിയിറങ്ങിയ വവ്വാലുകളുടെ ചിറകടിയൊച്ചകളും തവളപ്പെണ്ണുങ്ങളുടെ മദഘോഷങ്ങളും ആസ്വദിച്ചുകൊണ്ടുള്ള രാത്രിനടത്തം അവൾക്കൊരു ഹരമായിത്തോന്നി.

ചാവുകുളത്തിനപ്പുറം, കതിരണിഞ്ഞ നെൽവയലുകൾക്കുമപ്പുറം പുറമ്പോക്കിലുള്ള ചെറിയൊരു വീടിനുമുന്നിൽ നാരായണൻ നിന്നു.

ബീഡിക്കുറ്റി മുറ്റത്തേക്കു വലിച്ചെറിഞ്ഞിട്ട്, വരയൻനിക്കറിന്റെ പോക്കറ്റിൽനിന്ന് താക്കോലെടുത്തു കതകുതുറന്നു. ചവിട്ടുതിണ്ണയിൽക്കിടന്ന കീറച്ചാക്കിൽ കാലുരച്ച് അകത്തേക്കു കയറി.

"കേറിവാ" അയാൾ അവളെ അകത്തേക്കു വിളിച്ചു.

പൊത്തിപ്പിടിച്ച ചിരിയുമായി ഇടതുകാൽവച്ച് അകത്തേക്കു കയറിയ കല്യാണിയെ നോക്കി ഊറിച്ചിരിച്ചുകൊണ്ട് നാരായണൻ മടിക്കുത്തിൽനിന്നു തീപ്പെട്ടിയെടുത്തു മണ്ണെണ്ണവിളക്കു കൊളുത്തി മെത്താണപ്പുറത്തു വച്ചു.

"കുളിക്കാൻ മറപ്പൊരയൊന്നുമില്ല. താഴത്തെ ഊറ്റീന്നു വെള്ളമെടുക്കണം." അവളുടെനേർക്ക് ഒരു പ്ലാസ്റ്റിക് ബക്കറ്റും ടോർച്ചും നീട്ടിക്കൊണ്ട് നാരായണൻ പറഞ്ഞു.

കല്യാണി ബക്കറ്റും ടോർച്ചുമായി പുറത്തേക്കുപോയി.

ഒരുകുടം പുലരിക്കള്ളും ഒരു പിഞ്ഞാണം നിറയെ കപ്പപ്പുഴുക്കും മറ്റൊന്നിൽ കോഴിക്കറിയുമായി നാരായണൻ മെത്താണപ്പുറത്ത് കല്യാണിയെ കാത്തിരുന്നു. കൈയും കാലും മുഖവുമൊക്കെ കഴുകി അവൾ വെക്കം തിരിച്ചുവന്നു.

"നെനക്കു വെശക്കണോ?"

"ഉം"

കള്ളു വേണാ?"

"ഉം"

രണ്ടാളും ഒരേ കുടത്തിൽനിന്നു കുടിക്കാനും ഒരേ പാത്രത്തിൽ നിന്നു തിന്നാനും തുടങ്ങി. കുടിയിലും തീറ്റയിലും തന്നെ കടത്തിവെട്ടുന്ന പെണ്ണൊരുത്തിയെ നാരായണൻ ആദ്യമായി കണ്ടു. അയാളുടെ ബീഡിവലിയും അവളുടെ വെറ്റിലമുറുക്കും കഴിഞ്ഞ്, കിടപ്പുമുറിയുടെ മൂലയ്ക്കു ചുരുട്ടിവച്ചിരുന്ന പുല്പ്പായ് നിവർത്തിവിരിച്ചുകൊണ്ട് നാരായണൻ പറഞ്ഞു: "കിടക്കാം" പൊട്ടിവന്ന ചിരിയെ അടക്കിപ്പിടിച്ചുകൊണ്ട് കല്യാണി കിടന്നു. എരുമച്ചാണകവും ചിരട്ടക്കരിയും ചേർത്തു മെഴുകിയ ആ കൊച്ചുമുറി വലിയൊരുത്സവപ്പറമ്പായി.

ഏറെപ്പുലർന്ന് ഉറക്കമെണീറ്റ നാരായണൻ കല്യാണിയോടു പറഞ്ഞു: "നിനക്കെന്നെ ഇഷ്ടമാണെങ്കി ഇവിടെ കൂടിക്കോ."

കല്യാണി ചിരിച്ചതല്ലാതെ മറുപടിയൊന്നും പറഞ്ഞില്ല.

ഉച്ചയ്ക്ക് കാച്ചിൽപ്പുഴുക്കും കാന്താരിയുടച്ചതും കഴിച്ചുകൊണ്ടിരിക്കെ നാരായണൻ ചോദിച്ചു: "നീയെന്താ ഇതുവരെ കല്യാണം കഴിക്കാതിരുന്നത്?"

"നാരാണേട്ടനെന്താ ഇതുവരെ കല്യാണം കഴിക്കാതിരുന്നത്?" എന്ന മറുചോദ്യമെറിഞ്ഞ് അവൾ ഉറക്കെയുറക്കെ ചിരിച്ചു.

നാരായണൻ അവളെപ്പറ്റി പിന്നീടൊന്നും ചോദിച്ചില്ല; അവൾ അയാളെപ്പറ്റിയും. വെയിലാറിയനേരത്ത് മുറ്റത്തിറങ്ങിനിന്നുകൊണ്ട് നാരായണൻ പറഞ്ഞു: "ടൗണിലേക്കാ, വരാൻ വൈകും. ഒരു പെണ്ണിനു കഴിയാനൊള്ള സെറ്റപ്പൊന്നും ഈ വീട്ടിലില്ലെന്നറിയാം. എന്തൊക്കെ വേണ

മെന്നു പറഞ്ഞാ വരുമ്പം വാങ്ങിക്കൊണ്ടുവരാം."

"ചുമ്മായിരിക്കണത് വലിയ മെനക്കേടാണേയെന്റെ നാരാണേട്ടാ. ഇവിടെങ്ങാനും വല്ല വേലയും കിട്ടുമോന്നു നോക്ക്."

"നീയിപ്പം വേലയ്ക്കൊന്നും പോണ്ട. ചുമ്മായിരിക്കാൻ വയ്യെങ്കി ഇത്തിരി പച്ചക്കറി വല്ലതും നട്ടുനനയ്ക്കാൻ നോക്ക്. പുറമ്പോക്കാണ്, എന്നാലും ഇപ്പോ ഇതിന്റെ അവകാശി ഞാന്തന്നെ."

നാരായണൻ പൊയ്ക്കഴിഞ്ഞപ്പോൾ കല്യാണി ഒരു വെട്ടുകത്തിയുമായി തൊട്ടടുത്ത പറമ്പിലേക്കു കയറി. നാലഞ്ച് മരക്കൊമ്പുകളും തെങ്ങോലകളും അടർത്തിക്കൊണ്ടുവന്ന് ചെറിയൊരു മറപ്പുരയുണ്ടാക്കി. കുളിച്ചുമാറിയത് നാരായണന്റെ കൈലിയും ഷർട്ടും.

വൈകുന്നേരം തിരിച്ചുവന്നപ്പോൾ നാരായണൻ അവൾക്കായി ഒരു ലുങ്കിയും ബ്ലൗസും കുറച്ചു പച്ചക്കറിവിത്തുകളും വാങ്ങിക്കൊണ്ടുവന്നു. അയാൾ വീട്ടിലില്ലാത്ത നേരങ്ങളിൽ അവൾ മണ്ണിളക്കി പാത്തിയെടുത്ത് വെണ്ടയും വെള്ളരിയും പടവലവും നട്ടു. ചീരയുടെയും മുളകിന്റെയും വിത്തുകൾ പാകി. ഊറ്റിലെ വെള്ളമെടുത്ത് വേണ്ടതുപോലെ നനച്ചു. മുളച്ച ചീരയും മുളകുമൊക്കെ പാത്തികളിൽ പറിച്ചുനട്ടു. വളക്കൂറുള്ള മണ്ണിൽ എല്ലാം നന്നായി വിളഞ്ഞു. കല്യാണിയും നാരായണനും കരുകരുത്ത പച്ചക്കറികൾ പച്ചയ്ക്കും കറിവച്ചും തിന്നുമടുത്തു. തിന്നിട്ടു തീരാത്തത് വഴിയേ പോയവർക്ക് വെറുതേ കൊടുത്തു.

ഒരുദിവസം നാരായണൻ ടൗണിലേക്കുപോയ നേരത്ത് ഒരുവട്ടി പച്ചക്കറികളുമായി അവൾ അന്തിച്ചന്തയിലേക്കുപോയി. വിറ്റുകിട്ടിയ കാശിനു ആവശ്യമുള്ളതൊക്കെ വാങ്ങി. കൂട്ടത്തിൽ കുറേ പച്ചമാങ്ങയും. വരുന്നവഴിക്ക് ജൗളിക്കടയിൽ കയറി ഒരു കച്ചമുറിമുണ്ടും രണ്ടു ബ്ലൗസിന്റെ തുണിയും വാങ്ങി. തന്റെനേർക്കു നീളുന്ന കൊതിക്കണ്ണുകളിലെ ആർത്തികളെ ചിരികൊണ്ടു നേരിട്ട് അവൾ കൂസലില്ലാതെ മുന്നോട്ടു നടന്നു.

"ഇവളാ ചെത്തുകാരൻ ചെല്ലപ്പന്റെ മോളല്ലേ?" ആരോ ചോദിക്കുന്നതു കേട്ടു.

"തള്ള ചത്തേപ്പിന്നെ തോന്നുംപടി നടപ്പുതന്നെ."

"തള്ള ചത്തതല്ല, ആ ചെല്ലപ്പൻ ചവിട്ടിക്കൊന്നതാ."

"പെണ്ണിനു തലേം മൊലേം വന്നപ്പം അവന്റെ നോട്ടം അതിമ്മേലാ. പിന്നെ പെണ്ണെങ്ങനെ വീട്ടിലിരിക്കും?"

"ഇപ്പൊ അവളാ ചട്ടമ്പിനാരായണന്റെ കൂടെയാണെന്നാ പറഞ്ഞുകേക്കണത്. എന്തായാലും ആളൊരു തന്റേടിതന്നാണേ. ആർക്കും വാക്കിനും നോക്കിനും വിട്ടുകൊടുക്കൂല്ല."

പൊതുവഴിയിലെ വർത്തമാനങ്ങൾ കേട്ടുകേട്ട് കല്യാണി ചിരിയൊതുക്കി നടന്നു. വഴിയോരത്തു കണ്ട തയ്യൽക്കടയിൽ കയറി ബ്ലൗസ് തയ്ക്കാൻ കൊടുത്തു. അളവെടുപ്പുകാരന്റെ കൈതെറ്റലുകളെ ചിരികൊണ്ടു തിരുത്തി, നാളെത്തന്നെ തയ്ച്ചുകിട്ടണമെന്നു പറഞ്ഞുറപ്പിച്ച്, അവൾ നാരായണന്റെ വീട്ടിലേക്കു നടന്നു.

അന്തിവർണ്ണങ്ങൾ വാരിവിതറിയ ആകാശഭംഗികൾ കണ്ടും മരക്കൂട്ടങ്ങളിൽ ചേക്കേറിയ പക്ഷികളുടെ പ്രാർത്ഥനാരാഗങ്ങൾ കേട്ടും ചില

തൊക്കെ ഏറ്റുപാടിയും ഉല്ലസിച്ചുനടക്കവേ രാത്രിയുടെ വരവറിയിച്ചു കൊണ്ട് ഇരുട്ടുവന്നു. വെളിച്ചമുള്ള പകലിനേക്കാൾ ഇരുട്ടുള്ള രാത്രിയോടാണ് കല്യാണിക്കിഷ്ടം. എണ്ണിയാൽതീരാത്ത നക്ഷത്രങ്ങളും ഇര തേടാനിറങ്ങുന്ന മിന്നാമിന്നികളും അവളുടെ കണ്ണുകളെ കൊതിപ്പിക്കുന്നത് ഇരുട്ടുള്ള രാത്രിയിലാണല്ലോ! അവൾ നടത്തം പതുക്കെയാക്കി. അവളും നാരായണനും ഒരുമിച്ചാണ് വീട്ടിലെത്തിയത്.

അത്താഴനേരത്ത് വീടിനുള്ളിൽ തിങ്ങിനിറഞ്ഞ കള്ളിന്റെയും ഇറച്ചിയുടെയും മണവും രുചിയും അവൾക്കു മനംപിരട്ടലുണ്ടാക്കി. പുറംതിണ്ണയിൽ ചെന്നിരുന്ന് പച്ചമാങ്ങ ഉപ്പും കാന്താരിയും കൂട്ടിത്തിന്ന് അവൾ തല്ക്കാലം വിശപ്പിനെ മാറ്റിനിർത്തി.

നാരായണൻ തീറ്റയും കുടിയും കഴിഞ്ഞ്, ബീഡി വലിച്ചുകൊണ്ടിരുന്നപ്പോൾ കല്യാണി അകത്തേക്കുചെന്നു. അയാൾ എന്തോ കാര്യമായ ആലോചനയിലാണെന്ന് അവൾക്കു തോന്നി. പായിലേക്കു മറിയാന്നേരത്തു അവൾ ചോദിച്ചു: “നാരാണേട്ടനെന്താ ആലോചിക്കണത്? ഉത്സവത്തിനു പോണ കാര്യമാണോ?”

“നീ പോണാ?”

“പോണു.”

“ഇവിടെ മടുത്താ?”

കല്യാണിക്കു ചിരിപൊട്ടി.

നാരായണൻ പിറുപിറുത്തു: “കെടക്കാന്നേരത്താ അവൾടെയൊരു മുടിഞ്ഞ ചിരി.......”

കല്യാണി ചിരിയടക്കി കിടന്നുറങ്ങി. നാരായണൻ ബീഡി പുകച്ചു പുകച്ച് മെത്താണപ്പുറത്തിരുന്നു. പിന്നീടെപ്പോഴോ അവളുടെകൂടെ കിടന്നുറങ്ങുകയും ചെയ്തു.

പിറ്റേന്നു പുലർച്ചയ്ക്കു ടൗണിലേക്കെന്നും പറഞ്ഞ് നാരായണൻ പോയി; ഉച്ചകഴിഞ്ഞ് കല്യാണി അമ്പലപ്പറമ്പിലേക്കും.

വീട്ടിൽ തിരിച്ചെത്തിയ കല്യാണി നാരായണനെ കാത്തിരുന്നു. മാസങ്ങൾ കഴിഞ്ഞിട്ടും അയാൾ വന്നില്ല. അവൾ ഒറ്റയ്ക്കാണെന്നു മണത്തറിഞ്ഞ ചുള്ളന്മാർ പുറമ്പോക്കിൽ ചുറ്റിത്തിരിയാൻ തുടങ്ങി. കല്യാണിയുടെ ചിരിക്ക് ഒച്ചയും മുഴക്കവും കൂടി.

നാരായണൻ കമലാക്ഷിയേംകൊണ്ട് കേറിവന്ന രാത്രിയിൽ അവൾക്കു ചിരിയടക്കാനായില്ല. വാപൊത്തി മൂലയ്ക്കൊതുങ്ങിയ ചിരി അർദ്ധരാത്രിയിൽ പൊട്ടിച്ചിതറി. കലികേറിയ നാരായണൻ ഉടുമുണ്ടു വാരിച്ചുറ്റിക്കൊണ്ട് അരക്കത്തി കൈയിലെടുത്തു. മുറിയിൽ ചുറ്റിത്തിരിയുന്ന പൊട്ടിച്ചിരിയിലേക്ക് അലറിക്കുതിച്ചെത്തിയ നാരായണനെ എതിരേറ്റത് മൂലയിൽ ചുരുട്ടിവച്ചിരുന്ന കിടക്കപ്പായ് മാത്രം. അയാളതിനെ കുത്തിക്കീറി മുറ്റത്തേക്ക് വലിച്ചെറിഞ്ഞു. കീറിപ്പിളർന്ന പായ്ച്ചുരുളിൽ ചോരക്കറപുരണ്ട ഒരാൺകുഞ്ഞ് ള്ളേ.... ള്ളേ.... എന്ന് കരയാൻ തുടങ്ങി. നാരായണൻ സ്തബ്ധനായി നോക്കിനില്ക്കേ, അങ്ങകലെ ഉത്സവപ്പറമ്പിൽ ഒരു പെൺചിരി കതിനകളേക്കാളുച്ചത്തിൽ പൊട്ടിച്ചിതറി.

വീടുകളുടെ വിലാപം

പ്രവാസിത്തെരുവിൽ ഒറ്റപ്പെട്ടുനില്ക്കുന്നൊരു വീടായിരുന്നു അത്. അരയാൾപ്പൊക്കമുള്ള ചുറ്റുമതിലിലൂടെ അകത്തേക്കു നോക്കിയാൽ ഇറക്കുമതിചെയ്ത കേരളീയതയുടെ ദൃശ്യപ്പെരുമകൾ കാണാം. വിശാലമായ മുറ്റത്തിന്റെ അരികുപറ്റി മന്ദാരവും തെച്ചിയും നന്ത്യാർവട്ടവും പിച്ചകവുമൊക്കെ പൂവിട്ടുനില്ക്കുന്നു. ചിട്ടയോടെ വെട്ടിയൊതുക്കിയ പുൽത്തകിടികൾ. തൊടിയിൽ നിറയെ പച്ചമുറ്റിയ നാടൻ ഫലവൃക്ഷങ്ങൾ.

അടഞ്ഞുകിടക്കുന്ന വീടിനുള്ളിൽ വെളിച്ചമില്ല, ആളനക്കവുമില്ല. കണ്ടും കൊണ്ടും കൊതിതീരുംമുമ്പ് വിമാനമേറിപ്പോയവന്റെ തിരിച്ചുവരവും കാത്തുനില്ക്കുന്ന പുത്തൻ പെണ്ണിനെപ്പോലെ ആ വീട് വഴിക്കണ്ണുമായി നില്പാണ്!

അതുവഴി പോകുമ്പോഴൊക്കെ ശങ്കർദാസ് ആ വീടിന്റെ രൂപകല്പനയിലും പരിസരഭംഗികളിലും ആകൃഷ്ടനായി നിന്നുപോകാറുണ്ട്. കലാഹൃദയമുള്ളൊരു പുത്തൻ കാരണവരെ പൂമുഖത്ത് പ്രതീക്ഷിക്കാറുമുണ്ട്. പക്ഷേ, ഒരു വേലക്കാരൻ പയ്യനെപ്പോലും ഇതേവരെ ആ പരിസരത്തെങ്ങും കണ്ടിട്ടില്ല.

രൂപഭംഗിയിൽ പരസ്പരം മത്സരിച്ചുനില്ക്കുന്ന വലിയ വീടുകളാണ് തെരുവിന്റെ ഓരങ്ങളിൽ. എല്ലാ വീടുകളും വെളുപ്പിനേ ഉണർന്ന് ഉഷാറാവുമ്പോൾ ഈ വീടു മാത്രം ഒച്ചയനക്കങ്ങൾ ഒന്നുമില്ലാതെ വ്യസനിച്ചുനില്ക്കുന്നതെന്ത് എന്ന് അയാൾ വിചാരപ്പെടാറുണ്ട്. താൻ പണിതീർത്തതല്ലെങ്കിലും ആ വീടിന്റെ വിഷാദം കാണുമ്പോൾ ശങ്കർദാസിന് എന്തോ ഒരു വല്ലായ്മ.

ചെലവ് കുറഞ്ഞതും കൂടിയതുമായ എത്രയെത്ര വീടുകൾ നിർമ്മിച്ചു നല്കിയിട്ടുള്ള ഒരു ആർക്കിടെക്ടാണയാൾ. വീടിന്റെ ഹൃദയഭാഷ

ഇത്ര സൂക്ഷ്മമായി മനസ്സിലാക്കാൻ കഴിവുള്ള ആർക്കിടെക്ടുകൾ അധികമില്ല. ചില വീടുകളുടെ ഉൾത്തുടിപ്പുകൾ സന്തോഷത്തിന്റേതും സംതൃപ്തിയുടേതുമായിരിക്കും. അതിനുള്ളിൽ വസിക്കുന്നവർക്ക് പോസിറ്റീവ് എനർജി പ്രദാനംചെയ്തുകൊണ്ട് ഐശ്വര്യപ്രതീകം പോലെ അവ ശോഭിച്ചുനില്ക്കും. ചില വീടുകൾ കാണാൻ പ്രൗഢിയുള്ളതെങ്കിലും അവയുടെ ഉള്ളിൽനിന്നുയരുന്ന നെഗറ്റീവ് എനർജി ആരെയും വിഷാദചിത്തരാക്കും.

തെരുവിന്റെ പൂമുഖമന്ദിരം പോലെ നിലകൊള്ളുന്ന ആ വീട് പോസിറ്റീവ് എനർജിയുടെ ഉറവിടമാണെന്ന് ശങ്കർ ദാസിന് നിശ്ചയമുണ്ട്. അതുകൊണ്ടുതന്നെ അയാൾക്ക് ആ വീടിനോടൊരു പ്രത്യേക ഇഷ്ടവും ഉണ്ട്.

ഒരുദിവസം രാവിലെ ഒരു ജോലിക്കാരൻ പയ്യൻ പുൽവെട്ടിയും കൈയിൽ പിടിച്ചുകൊണ്ട് മുറ്റത്തു നില്ക്കുന്നതു കണ്ടു.

"ഹാവൂ!" അയാൾ ഗേറ്റിനുമുകളിലൂടെ തല അകത്തേക്കു നീട്ടി.

"ആരാ?" അവൻ ചോദിച്ചു.

"ഈ വീട്ടിൽ ആളുതാമസമില്ലേടോ?"

''അറിഞ്ഞിട്ടെന്താവേണം സാറിന്?'' പരുക്കൻമട്ടിൽ അവൻ തിരിച്ചുചോദിച്ചു.

പയ്യൻ ഉടക്കുപാർട്ടിയാണ്! അവന്റെ മുമ്പിൽ ഇത്തിരിയൊന്നു താണുകൊടുക്കാം. താനാരാണെന്ന് അവനറിയില്ലല്ലോ എന്ന് ആത്മഗതം ചെയ്തുകൊണ്ട് അനുനയഭാവത്തിൽ അയാൾ പറഞ്ഞു:

"ഇത്ര മനോഹരമായൊരു വീട് വെറുതേ പൂട്ടിയിട്ടിരിക്കുന്നതു കണ്ട് ചോദിച്ചുപോയതാടേ."

''ഓഹോ! സാറെന്താ പൂട്ടിക്കിടക്കുന്ന വീടുകൾ നോക്കിവയ്ക്കാനിറങ്ങിയതാണോ? കണ്ടിട്ട് ബണ്ടിച്ചോറിനെപ്പോലുണ്ടല്ലോ!"

ശങ്കർദാസ് ഒന്നു ഞെട്ടി. നഗരവാസികളുടെ ഉറക്കം കെടുത്തിയ ആ ഹൈടെക് കവർച്ചയുടെ കഥ അവൻ ഇതേവരെ മറന്നിട്ടില്ല!
ഒരു കൃത്രിമച്ചിരിയിൽ ജാള്യത മറച്ചുകൊണ്ട് അയാൾ ചോദിച്ചു: "ഇയാളാണോ ഈ വീടിന്റെ സൂക്ഷിപ്പുകാരൻ?"

"ആണെങ്കിൽ?"

"താനാളു കൊള്ളാമല്ലോടോ! ആട്ടെ, ആരാ ഇതിന്റെ ഉടമസ്ഥൻ?

"ഉടമസ്ഥൻ അങ്ങ് അമേരിക്കയിലാ."

"ഇങ്ങോട്ടു വരാറേയില്ലേ?"

"അടുത്തയാഴ്ച വരുന്നുണ്ട്."

"വന്നാൽ ഇവിടെ താമസിക്കുമോ അതോ പിന്നെയും പോകുമോ?"

"ഇതൊക്കെ അറിഞ്ഞിട്ട് ഇങ്ങേർക്കെന്താ വേണം?"

ഒരു ശല്യക്കാരനെന്നമട്ടിൽ ശങ്കർദാസിനെ അവഗണിച്ചുകൊണ്ട് അവൻ പുല്ലുകളുടെ നീണ്ടനാമ്പുകൾ വെട്ടിയൊതുക്കാൻ തുടങ്ങി.

ശങ്കർദാസ് പിന്നെ അവനോടൊന്നും ചോദിച്ചില്ല. വീടുകളുടെ

തച്ചുശാസ്ത്രവും വാസ്തുവിധികളും പരിസ്ഥിതിപാഠങ്ങളുമൊക്കെ തന്റെ തലയ്ക്കുള്ളിൽക്കിടന്നു അവിയലുപോലെ വെന്തുപാകപ്പെടുകയാണെന്ന് അവനുണ്ടോ അറിയുന്നു! സുന്ദരമായൊരു വീടുകണ്ടാൽ അതു നില്ക്കുന്ന വസ്തുവിന്റെ വാസ്തുവിലേക്കാവും ആദ്യം തന്റെ ശ്രദ്ധപതിയുക. പിന്നെ അതിന്റെ പരിസ്ഥിതിയിലേക്കും. ഏതു ശാസ്ത്രവിധിപ്രകാരം നോക്കിയാലും ഉത്തമമെന്നു പറയാവുന്ന വീടുകൾ കണികാണാൻപോലുമില്ല തെരുവോരങ്ങളിൽ. ഇവിടെ ഒരെണ്ണമുള്ളതിലാവട്ടെ ആൾപാർപ്പുമില്ല. പാവം വീട്! അതിന്റെ ഏകാന്തസങ്കടം ആരറിയാൻ?

ഒരാഴ്ച കഴിഞ്ഞ് അയാൾ വീണ്ടും അതുവഴി നടക്കാനിറങ്ങി. പതിവുപോലെ ആ വീടിന്റെനേർക്ക് കണ്ണയച്ചു. അകത്തെ മുറിയിൽ വെളിച്ചമുണ്ട്; മുരളീകൃഷ്ണയുടെ സംഗീതവും. പോർച്ചിൽ ഒരു പുത്തൻ പജീരോ യാത്രയ്ക്കായി ഒരുങ്ങിനില്ക്കുന്നു. ശങ്കർദാസിന് സന്തോഷമായി; ആ വീടും ഉണർന്നിരിക്കുന്നു. തുറന്നുകിടന്ന ഗേറ്റിലൂടെ അയാൾ അകത്തേക്കുചെന്നു; കാളിങ്ബെല്ലിൽ വിരലമർത്തി.

മുട്ടോളമെത്തുന്ന വെളുത്ത ജുബ്ബയും കാൽച്ചട്ടയും ധരിച്ച ഒരു മദ്ധ്യവയസ്കൻ വാതിൽ തുറന്ന് പുറത്തേക്കുവന്നു, ചിരിച്ചുകൊണ്ട് പച്ചമലയാളത്തിൽ അയാൾ ചോദിച്ചു:

"ആരാ?"

"ശങ്കർദാസ്, ഒരു ആർക്കിടെക്ടാണ്."

"എന്തേ ഇങ്ങോട്ടുവരാൻ?"

"വെറുതേ, ഒന്നു പരിചയപ്പെടാൻ."

"സന്തോഷം. എന്റെ പേര് സാജൻ ഫിലിപ്പ്. മുപ്പതുകൊല്ലമായി അമേരിക്കയിലാണ്. രണ്ടുകൊല്ലത്തിലൊരിക്കൽ നാട്ടിൽ വരും. രണ്ടുമാസം താമസിച്ച് തിരിച്ചുപോകും."

"രണ്ടുകൊല്ലത്തിലൊരിക്കൽ രണ്ടുമാസം താമസിക്കാൻ ഇത്രയും വലിയൊരു വീടുണ്ടാക്കി പൂട്ടിയിട്ടേക്കുന്നു!"

ശങ്കർദാസിന്റെ ആത്മഗതം കേട്ട് വീട്ടുകാരൻ ചിരിച്ചു. പിന്നെ ആദരപൂർവ്വം അകത്തേക്കു ക്ഷണിച്ചു:

"മിസ്റ്റർ ശങ്കർദാസ്, വിരോധമില്ലെങ്കിൽ അകത്തേക്കുവരാം."

വിലകൂടിയ പരവതാനി വിരിച്ച ഹാളിലേക്ക് കടക്കവെ, മച്ചിലെ ചിത്രപ്പണികളിലും ചുവരലങ്കാരങ്ങളിലും ഇരിപ്പിടങ്ങളുടെ മാർദ്ദവഭംഗികളിലും ശങ്കർദാസിന്റെ നോട്ടം പാറിനടന്നു.

"എല്ലാം ഇംപോർട്ടഡ് ഐറ്റംസാണ്." അതിഥിയുടെ കൗതുകം കണ്ടറിഞ്ഞ് വീട്ടുകാരൻ പറഞ്ഞു.

"മിസ്റ്റർ ഫിലിപ്പിന്റെ തറവാടെവിടെയാ?"

"തേവലക്കര."

"അവിടെയിപ്പോൾ ആരുമില്ലേ?"

"ഉണ്ടുണ്ട്. ചേട്ടായിയും കുടുംബവും അവിടെത്തന്നെയാ താമസം.

പെങ്ങന്മാരൊക്കെ വെവ്വേറെ കുടുംബങ്ങളായി. അവരും അതിനടുത്തൊക്കെത്തന്നെയാ. മുമ്പൊക്കെ നാട്ടിൽ വരുമ്പോൾ ചേട്ടായിക്കൊപ്പം കൂടുകയായിരുന്നു പതിവ്. പിന്നെപ്പിന്നെ അതൊരു ബുദ്ധിമുട്ടായിത്തോന്നി. സ്വന്തക്കാരിൽനിന്ന് കുറച്ചകലെ താമസിക്കുന്നതാ ഞങ്ങളെപ്പോലുള്ളവർക്കു നല്ലത്."

"അതെന്താ മിസ്റ്റർ ഫിലിപ്പ് അങ്ങനെ? വല്ലപ്പോഴും നാട്ടിൽ വരുമ്പോൾ തറവാട്ടിൽ തങ്ങുന്നതല്ലേ സന്തോഷം?"

"നിങ്ങൾക്കൊക്കെ അങ്ങനെ തോന്നും. പക്ഷേ, പ്രവാസിയുടെ അനുഭവം അതല്ല. ബന്ധുക്കാരുടെ നോട്ടം അവന്റെ പോക്കറ്റിലും പെട്ടികളിലുമാണ്. കൊടുക്കുന്നതിന്റെ ഏറ്റക്കുറച്ചിലനുസരിച്ച് സ്നേഹവും സന്തോഷവുമൊക്കെ അളന്നുതൂക്കിക്കിട്ടും."

"അങ്ങനെയോ?"

"അതേ മിസ്റ്റർ ശങ്കർദാസ്. ആതിഥ്യവും സല്ക്കാരവുമൊക്കെ പ്രതിഫലത്തിനുവേണ്ടിയുള്ള മത്സരങ്ങളാവുമ്പോൾ അതിലെന്തു സന്തോഷം?"

"എന്നാലും, ഏതാനും ദിവസത്തെ വിശ്രമത്തിനുവേണ്ടി വലിയൊരു വീടുണ്ടാക്കി പൂട്ടിയിടുന്നത് പ്രവാസിയുടെ സ്വാർത്ഥതയല്ലേ മിസ്റ്റർ ഫിലിപ്പ്?"

"നിങ്ങൾക്കതിനെ സ്വാർത്ഥതയെന്നോ ആർഭാടമെന്നോ എന്തു വേണമെങ്കിലും വിളിക്കാം. പക്ഷേ, ഞങ്ങൾക്ക് നാട്ടിൽ സ്വന്തമായൊരു വീട് അത്യാവശ്യമായിത്തീർന്നിരിക്കുന്നു എന്നതാണ് വാസ്തവം. ആട്ടെ, ശങ്കർദാസിന് കുടിക്കാനെന്താ വേണ്ടത്? ചായയോ, കാപ്പിയോ?"

"സല്ക്കരിക്കണമെന്ന് നിർബ്ബന്ധമാണെങ്കിൽ ഒരുകപ്പ് ഗ്രീൻ ടീ ആവാം."

"വർഗ്ഗീസേ... ഒരുകപ്പ് ഗ്രീൻ ടീ."

"മിസ്റ്റർ ഫിലിപ്പ് ഒറ്റയ്ക്കേയുള്ളോ?"

"അല്ലല്ല, ഫാമിലിയുമുണ്ട്. അവർ കായംകുളത്തിനു പോയിരിക്കയാ, ഒരു കല്യാണം കൂടാൻ. മിസ്സിസിന്റെ വീടവിടെയാ. എനിക്കിന്ന് നോർക്കയിൽ ഒരപ്പോയിന്റ്മെന്റുണ്ട്. അതുകഴിഞ്ഞ് ഞാനുമങ്ങോട്ടു പോകും. രണ്ടുദിവസം കഴിഞ്ഞേ വരൂ."

"സാർ ടീ" പയ്യൻ ടീയുമായി വന്നു.

ചായ കുടിക്കുന്നതിനിടയിൽ എന്തോ ആലോചിക്കുന്നതുപോലെ ശങ്കർദാസ് മൗനിയായി.

മിസ്റ്റർ ദാസ് എന്താ ആലോചിക്കുന്നത്? ഫിലിപ്പ് ആരാഞ്ഞു.

"അന്തിയുറങ്ങാനിടമില്ലാതെ അലയുന്ന ജനലക്ഷങ്ങളുടെ കണ്മുന്നിൽ ഇതേപോലെ എത്രയെത്ര വീടുകൾ വല്ലപ്പോഴും വരുന്ന ഉടമസ്ഥരെയും കാത്ത് വെറുതേകിടക്കുന്നു! ഇത് വല്ലാത്തൊരു വൈരുദ്ധ്യമായിത്തോന്നുന്നില്ലേ മിസ്റ്റർ ഫിലിപ്പ്?"

നല്ലൊരു തമാശ കേട്ടമാതിരി ഉറക്കെ ചിരിച്ചുകൊണ്ട് അയാൾ

പറഞ്ഞു: "മിസ്റ്റർ ദാസ്, ഏതു വൈരുദ്ധ്യങ്ങൾക്കിടയിലും ജീവിതം ആസ്വദിക്കുന്നവനാണ് മലയാളി; എന്നും എവിടെയും."

"ശരി, ഞാനിറങ്ങട്ടെ? പരിചയപ്പെട്ടതിൽ സന്തോഷം."

"ശങ്കർദാസിന് എന്നോടെന്തോ പറയാനുണ്ടെന്നു തോന്നുന്നല്ലോ. എന്താന്നുവച്ചാ പറയൂ."

"അത് പിന്നൊരിക്കലാവാം. ഇപ്പോ തിരക്കിലല്ലേ?"

"അതു സാരമില്ല. പറഞ്ഞോളൂ. നമുക്കിടയിൽ ഫോർമാലിറ്റിയുടെയൊന്നും ആവശ്യമില്ല."

"മിസ്റ്റർ ഫിലിപ്പിന് എപ്പോഴെങ്കിലും ഈ വീട് വില്ക്കണമെന്നു തോന്നിയാൽ എനിക്കു തന്നേക്കണം. ന്യായമായ വില തരാം. നല്ലൊരു വീട് വെറുതേ പൂട്ടിയിടുന്നത് നന്നല്ല."

"സോറി മിസ്റ്റർ ശങ്കർദാസ്, ഈ വീട് വില്ക്കുന്ന പ്രശ്നമേയില്ല. അമ്മയും കുഞ്ഞും തമ്മിലുള്ള പൊക്കിൾക്കൊടി ബന്ധം പോലെയാണ് പ്രവാസിക്ക് നാട്ടിലൊരു വീട്. എന്തെങ്കിലും കാരണവശാൽ അവിടം വിട്ടുപോരേണ്ടിവന്നാൽ വന്നുകേറാൻ സ്വന്തമായ ഒരിടം."

ഫിലിപ്പെന്ന മറുനാടൻ മലയാളിക്ക് കൈകൊടുത്തു മടങ്ങുമ്പോൾ കാറ്റും വെളിച്ചവും കടക്കാതെ, മനുഷ്യസ്പർശമേല്ക്കാതെ, അടഞ്ഞു കിടക്കുന്ന ലക്ഷക്കണക്കിനു പ്രവാസിവീടുകളുടെ കൂട്ടവിലാപം ശങ്കർദാസെന്ന ആർക്കിടെക്ടിന്റെ കാതിൽ മുഴങ്ങുകയായിരുന്നു!

കന്യാനിർമ്മിതി

പതിനെട്ടുതികയാത്തൊരു പെൺകുട്ടി എന്തിനും തയ്യാറായി മുന്നിലിരിക്കുമ്പോൾ എന്തുപറഞ്ഞാണ് അവളെ മടക്കിയയക്കുക? ഡോക്ടർ സന്ദീപ് ആലോചനയിലാണ്ടു. രാഘവൻമാഷിന്റെ മകൻ രഞ്ജിത്താണ് അവളെ തന്റെ മുറിയിലേക്ക് കൂട്ടിക്കൊണ്ടുവന്നത് എന്നോർക്കുമ്പോൾ ഡോക്ടർക്ക് അവിശ്വസനീയതയുടെ അമ്പരപ്പ്!

ഗൾഫിൽ "റെന്റ് എ കാർ" ബിസിനസിൽ ഏർപ്പെട്ടിരിക്കുന്ന രഞ്ജിത്തിന് കൊച്ചിയും കുവൈറ്റും തമ്മിൽ മണിക്കൂറുകളുടെ അകലമേയുള്ളൂ.

വിമാനമിറങ്ങാൻ നേരത്താണ് അവൻ വിളിച്ചുപറഞ്ഞത്:

"എടാ സന്ദീപേ നീ ആശുപത്രിയിൽത്തന്നെ ഉണ്ടാവണേ. ഒരു മണിക്കൂറിനുള്ളിൽ ഞങ്ങളവിടെയെത്തും."

ഗൾഫ് മലയാളിയായ വിജയ്നായരുടെ മകനുമായി മകളുടെ വിവാഹം നിശ്ചയിച്ച കാര്യം കഴിഞ്ഞപ്രാവശ്യം വിളിച്ചപ്പോൾ പറഞ്ഞിരുന്നു. നേരിട്ട് ക്ഷണിക്കാൻ വരുന്നതാവും എന്നുകരുതി കാത്തിരിക്കുമ്പോഴാണ് ഒരു പെൺകുട്ടിയുടെ കൈയും പിടിച്ച് കയറിവന്നത്. വന്നപാടേ ഒരു ക്ഷണക്കത്തും വച്ചുനീട്ടി.

രഞ്ജിത്തിന്റെ മകൾ നന്നേ വെളുത്തിട്ടായിരുന്നില്ലേ? സംശയം വിഴുങ്ങിയ ചിരിയുമായി കല്യാണക്കുറി വായിച്ച് പെൺകുട്ടിക്ക് ആശംസ നേർന്നു: "വിഷ് യു എ ഹാപ്പി ലോങ് ലൈഫ് വിത്ത് യുവർ ഡ്രീം ബോയ്."

അവളുടെ ഇരുണ്ടമുഖത്ത് വിരിഞ്ഞത് ഭീതിയുടെ നിഴൽവീണ കറുത്ത പുഞ്ചിരിയായിരുന്നു!

എന്താണിങ്ങനെ? അച്ഛൻ നിശ്ചയിച്ച വരനെ മകൾക്ക് ഇഷ്ടമായില്ല

എന്നുണ്ടോ? വിശദീകരണം പ്രതീക്ഷിച്ച് ഡോക്ടർ സന്ദീപ് രഞ്ജിത്തിന്റെ മുഖത്തേക്കുനോക്കി.

"എടാ ഇതെന്റെ സുഹൃത്തിന്റെ മകളാണ്. പേര് മല്ലി."

"ഓഹ്! സോറി. ഞാൻ വിചാരിച്ചു നിന്റെ മകളായിരിക്കുമെന്ന്. വലുതായേപ്പിന്നെ ഞാനവളെ കണ്ടിട്ടില്ലല്ലോ."

"സോറിയുടെ ആവശ്യമില്ലെടോ. ഇവളുടെയും നിശ്ചയം കഴിഞ്ഞതാ. ഇനി ഒരുമാസമേയുള്ളൂ വിവാഹത്തിന്. പക്ഷേ, അതിനുമുമ്പ് ഇവൾക്കൊരു ഗൈനക്കിന്റെ സഹായം അത്യാവശ്യമായി വന്നിരിക്കുന്നു. അതാ ഞാനിവളെ ഇങ്ങോട്ടു കൊണ്ടുവന്നത്. നിന്നെയാവുമ്പം എനിക്ക് വിശ്വസിക്കാമല്ലോ."

"എന്തു സഹായം?"

"അത് പിന്നെപ്പറയാം. അതിനുമുമ്പ് നിനക്കൊന്നു റിലാക്സ് ചെയ്യണ്ടേ? അവൾ റെഡിയാണ്. അല്ലേ മോളേ?"

രഞ്ജിത് പെൺകുട്ടിയെയും ഡോക്ടറെയും നോക്കി കണ്ണിറുക്കിച്ചിരിച്ചു.

ഡോക്ടർ അറപ്പോടെ മുഖംതിരിച്ചു.

"എന്താടാ? നീയിപ്പഴും പഴയ പുണ്യവാളൻ തന്നെയാണോ?"

"വന്നകാര്യം പറ രഞ്ജിത്തേ. എനിക്ക് തിരക്കുണ്ട്."

"ഇവളെ ഒരാഴ്ചത്തേക്ക് ഇവിടെ അഡ്മിറ്റാക്കണം. അതുകഴിഞ്ഞ് ഞാൻ വന്നു കൂട്ടിക്കൊണ്ടു പൊയ്ക്കൊള്ളാം."

"കുട്ടിക്കെന്താ അസുഖം?"

"കുട്ടിക്കല്ല അസുഖം; അവളുടെ സമുദായത്തിനാ. കല്യാണപ്പെണ്ണ് കന്യകതന്നെയായിരിക്കണമെന്ന് വലിയ നിർബ്ബന്ധമാ ഈ കാട്ടുജാതികൾക്ക്. വിവാഹത്തിനുമുമ്പ് കന്യകാത്വപരിശോധനയുണ്ടത്രേ. നീ വിചാരിച്ചാൽ നമുക്കിവളെ കന്യകയായിത്തന്നെ ഊരിലെത്തിക്കാം."

ഡോക്ടറുടെ ക്ഷമകെട്ടു. അദ്ദേഹം പോകാനെണീറ്റു. "വൈകുന്നേരത്തെ വണ്ടിക്കു നാട്ടിലേക്കു പോകണം. അതിനുമുമ്പ് ചിലതൊക്കെ വാങ്ങാനുണ്ട്. നാളെ അച്ഛന്റെ സപ്തതിയാണ്."

"നല്ലൊരു സാധനം കൈയിൽ കിട്ടിയപ്പഴാ അവന്റെയൊരു നാട്ടീപ്പോക്ക്!" രഞ്ജിത് അതിശയപ്പെട്ടു.

അയാൾ തുകയെഴുതാത്തൊരു ചെക്ക് ഒപ്പിട്ട് ഡോക്ടറുടെ മേശപ്പുറത്തുവച്ചു. ധാർഷ്ട്യത്തോടെ ഞെളിഞ്ഞിരുന്നുകൊണ്ടു പറഞ്ഞു: "ഡോക്ടർക്ക് അരമണിക്കൂർനേരത്തെ പണിയല്ലേയുള്ളൂ ആ പൊട്ടിപ്പോയ ചർമ്മം ഒന്നു തുന്നിച്ചേർക്കണം. എത്രയാ വേണ്ടതെന്നുവച്ചാ എഴുതിയെടുത്തോ."

"ചെക്ക് തിരിച്ചെടുക്കൂ രഞ്ജിത്ത്." ഡോക്ടറുടെ ശബ്ദമുയർന്നു.

"എന്താടാ നിനക്കു കാശും വേണ്ടേ?" രഞ്ജിത്ത് പുച്ഛത്തോടെ ചോദിച്ചു.

"പ്രൊഫഷണൽ എത്തിക്സിനു നിരക്കാത്ത യാതൊന്നും ഞാനി

തുവരെ ചെയ്തിട്ടില്ല; ഇനി ചെയ്യുകയുമില്ല.” ഡോക്ടർ ദൃഢസ്വരത്തിൽ പറഞ്ഞു.

“ഒരു പാവപ്പെട്ട പെൺകുട്ടിയെ ആത്മഹത്യയിൽനിന്നു രക്ഷിക്കുന്നതാണോടാ നിന്റെ പ്രൊഫഷണൽ എത്തിക്സിനു നിരക്കാത്തത്?”

പെൺകുട്ടിയുടെ സജലങ്ങളായ കണ്ണുകൾ ഡോക്ടറുടെ നേർക്കു നീണ്ടു. എന്നെ രക്ഷിക്കൂ ഡോക്ടർ എന്നൊരപേക്ഷ ആ കണ്ണുകളിൽ തെളിഞ്ഞുകണ്ടു.

ഡോക്ടർ ശാന്തനായി അവളോടു പറഞ്ഞു:

“നിന്നെ സഹായിക്കാൻ എനിക്കാവില്ല കുട്ടീ.”

“എന്നാൽപ്പിന്നെ കുഗ്രാമത്തിലേക്കൊരു ട്രാൻസ്ഫറായാലും കുഴപ്പമില്ല. അല്ലേ ഡോക്ടറേ?”

രഞ്ജിത് കുടവയറും കുലുക്കി ഇറങ്ങിപ്പോയി.

പെൺകുട്ടി അയാളെ അനുഗമിച്ചു.

തന്റെ ഉച്ചഭക്ഷണത്തിന്റെ പങ്കുപറ്റിയിരുന്ന സഹപാഠിയുടെ കറുത്തുമെല്ലിച്ച രൂപം ഡോക്ടർ സന്ദീപിന്റെ കണ്ണിൽ തെളിഞ്ഞു. അർദ്ധപട്ടിണിക്കാരായ അഞ്ചു പെങ്ങന്മാർക്കിടയിൽ വളർന്ന കുഞ്ഞാങ്ങള, പത്താംതരം കഴിഞ്ഞപ്പോൾ തുടർന്നുപഠിക്കാൻ നിവൃത്തിയില്ലാതെ നാടുവിട്ടു പോയവൻ, ഇന്നവൻ കോടികളുടെ ലാഭം കൊയ്യുന്ന വ്യവസായപ്രമുഖൻ! ഓർത്തിരിക്കാൻ പറ്റാത്തവണ്ണം നീളുന്ന സൗഹൃദങ്ങളുടെ പട്ടികയിൽ അനുദിനം ചേർക്കപ്പെടുന്ന പുതിയ പേരുകൾ. അച്ഛനിലൂടെ അമ്മയിലേക്കും അമ്മയിലൂടെ, അവരുടെ പെൺമക്കളിലേക്കും നീളുന്ന ചതിക്കണ്ണികൾ. എല്ലാറ്റിന്റെയും പങ്കുപറ്റുന്ന ഉന്നതന്മാർ. ആജ്ഞാനുവർത്തികളായ അനുചരന്മാർ.... സത്യസന്ധത മാത്രം കൈമുതലായുണ്ടായിരുന്ന രാഘവൻമാഷിന്റെ മകന് ഇതൊക്കെ എങ്ങനെ സാധിച്ചു?

ഫോണിന്റെ വൈബ്രേഷൻ ഡോക്ടർ സന്ദീപിനെ ചിന്തയിൽനിന്നുണർത്തി.

“മോനേ, നീ പുറപ്പെടാറായോ?”

“ഉവ്വച്ഛാ.”

നാട്ടിൽ പോയിവന്ന ഡോക്ടറെ കാത്തിരുന്നത് ട്രാൻസ്ഫർ ഓർഡറായിരുന്നു!

ചാർജ്ജ് ഹാന്റോവർ ചെയ്യാനെത്തിയ ഡോക്ടർ സന്ദീപ് തന്റെ കൺസൾട്ടിങ് റൂമിനുമുന്നിൽ ഒരുനിമിഷം നിന്നു; വാതിൽപ്പുറത്ത് പുതിയ നെയിംബോർഡ്! അദ്ദേഹം അകത്തേക്ക് പാളിനോക്കി. താനിരുന്ന കസേരയിൽ തന്റെയൊപ്പം ഹൗസ് സർജൻസി ചെയ്ത ദിനോറ. മൈനർതിയേറ്ററിനു പുറത്ത് ഊഴംകാത്തിരിക്കുന്ന പെൺകുട്ടികൾ. അവരിൽ ഒന്നാമതായി മല്ലിയും!

മുഖങ്ങളുടെ വർത്തമാനം

ആകാശത്തിന്റെ അകലങ്ങളിൽ രണ്ടു കുഞ്ഞുവലയങ്ങളിൽ പതുങ്ങിയിരുന്നുകൊണ്ട് രണ്ടു മുഖങ്ങൾ വർത്തമാനം തുടങ്ങി. ഒന്ന് പ്രൗഢയായൊരു സ്ത്രീയുടേതും മറ്റൊന്ന് നരച്ചുവെളുത്തൊരു സന്ന്യാസിയുടേതും. സ്ത്രീമുഖത്തെ അവൾ എന്നും സന്ന്യാസീ മുഖത്തെ സ്വാമിജി എന്നും കഥാകൃത്ത് പരിചയപ്പെടുത്തുന്നു.

"നമസ്കാരം സ്വാമിജീ" എന്ന് അഭിവാദ്യം ചെയ്തുകൊണ്ട് അവൾ തന്നെയാണ് വർത്തമാനത്തിനു തുടക്കമിട്ടത്.

"ഓം...", "പ്രണാമം" എന്നീ മറുപടികളിൽനിന്ന് സർവ്വസംഗ പരിത്യാഗിയായൊരു യോഗിയുടെ രേഖാചിത്രം മനസ്സിൽ വരയ്ക്കുകയായിരുന്നു അവൾ. നിമിഷങ്ങൾക്കുള്ളിൽ ചാറ്റ്ബോക്സ് സന്ദേശങ്ങൾ കൊണ്ടു നിറഞ്ഞു. ദേവഭൂമിയായ ഹിമവാന്റെ മഞ്ഞുമൂടിയ ശൃംഗങ്ങൾ, ശങ്കരശ്ലോകങ്ങളുടെയും ഗീതാ ചാന്റിങ്സിന്റെയും യൂട്യൂബ് ലിങ്കുകൾ....

ആണ്ടുകൾക്കുമുമ്പൊരിക്കൽ മഞ്ഞുപെയ്യുന്ന താഴ്വാരങ്ങളിൽ നിന്ന് അത്ഭുതാദരങ്ങളോടെ നോക്കിക്കണ്ട ഹിമശൃംഗങ്ങൾ അവളുടെ ഓർമ്മയിൽ തിളങ്ങി. ആ ഹിമവിശുദ്ധിയിൽ നഗ്നഹൃദയനായി സഞ്ചരിക്കുന്ന ഏതോ യോഗിവര്യന്റെ ദിവ്യതേജസ്സാർന്ന മുഖമാവാം സൈബർചുവ രിലെ കുഞ്ഞുവലയത്തിലിരുന്ന് പുഞ്ചിരി പൊഴിക്കുന്നത്. ജിജ്ഞാസയോടെ അവൾ സ്വാമിജിയുടെ പ്രൊഫൈൽ പരതി. വേദാന്തടീച്ചറാണ്, ഇന്ത്യൻ ഫിലോസഫിയിൽ ഡോക്ടറേറ്റുണ്ട്, ഇംഗ്ലീഷ് ഹിന്ദി, തമിഴ്, മലയാളം, സംസ്കൃതം തുടങ്ങി നിരവധി ഭാഷകളറിയാം, കേരളമാണ് ജന്മനാട്. ഒരിടത്തും സ്ഥിരതാമസമില്ല. വേദാന്തം പഠിപ്പിച്ചുപഠിപ്പിച്ച് ലോകംമുഴുവൻ ചുറ്റിനടപ്പാണ്.....

അവൾ ലിങ്കുകൾ ഓരോന്നായി തുറന്നുനോക്കി. ആദ്യത്തേത് യൂട്യൂബിൽ അപ്ലോഡ് ചെയ്തിരിക്കുന്ന ഗീതാചാന്റിങ്, ശാന്തഗംഭീര സ്വരത്തിൽ അക്ഷരസ്ഫുടതയോടെ അർത്ഥവ്യക്തതയോടെയുള്ള

ആലാപനം. ലിങ്കിനടിയിൽ അവൾ ഇങ്ങനെ കുറിച്ചു:

"മനസ്സിനെ പിടിച്ചിരുത്തുന്ന ആലാപനവിസ്മയം!"

നിമിഷവേഗത്തിൽ മറുപടിയായി മറ്റൊരു ലിങ്ക് - ഫ്ളൂട്ട് വായനയിൽ മുഴുകിയിരിക്കുന്ന സ്വാമിജി.

അവളതു തുറന്നുകേട്ടു. ശങ്കരാഭരണരാഗം. എന്നോ കണ്ട സിനിമയിൽനിന്ന് മഞ്ജുഭാർഗ്ഗവിയും ശങ്കരശാസ്ത്രികളും അവളുടെ മുന്നിലേക്കിറങ്ങിവന്നു. രാഗനൃത്തങ്ങളുടെ ലയനതാളത്തിൽ മുഴുകിയിരിക്കെ അറിയാതെയറിയാതെ അവളൊരു മഞ്ജുഭാർഗ്ഗവിയായി. ശങ്കരശാസ്ത്രികൾക്കു പകരം സ്വാമിജി!

രാഗലഹരിയിൽനിന്ന് ഉണർന്നപ്പോൾ ചാറ്റ്ബോക്സിൽ അവൾ ഇങ്ങനെ കുറിച്ചു:

"ശങ്കരാഭരണം എന്റെ ഇഷ്ടരാഗം."

മറുപടിയായി അവളുടെ രണ്ടു പ്രൊഫൈൽ ചിത്രങ്ങൾ - ഒന്ന് ഉന്നതശീർഷനായ ഹിമവാനെ നോക്കി അന്തംവിട്ടുനില്ക്കുന്നത്, മറ്റൊന്ന് രാജാരവിവർമ്മയുടെ ഹംസദമയന്തിയിൽ മിഴിനട്ടിരിക്കുന്നത് - പകർത്തി അയച്ചിരിക്കുന്നു; "യു ആർ ഗ്രേറ്റ്" എന്ന അടിക്കുറിപ്പോടെ.

പെണ്ണുങ്ങളുടെ പ്രൊഫൈൽ ചിത്രങ്ങൾ പകർത്തുന്നത് ഒരു സന്ന്യാസിക്കുചേർന്ന പണിയല്ല എന്നെഴുതാൻ തോന്നിയെങ്കിലും അവൾ ഇങ്ങനെ എഴുതി:

"ഗ്രേറ്റ് എന്ന പ്രയോഗം എനിക്കു ചേരില്ല സ്വാമിജീ; ആ വാക്കിന് എത്ര വലിയ അർത്ഥമാണുള്ളത്. ഞാൻ...."

"ഈ എളിമത്തം തന്നെയാണു നമിതാ മഹത്ത്വത്തിന്റെ ലക്ഷണം. എനിക്ക് നിന്നോട് ഒരുപാടു പറയാനുണ്ട്. എല്ലാം എഴുതാൻ പ്രയാസമല്ലേ, ഇങ്ങോട്ടൊന്നു വിളിക്കൂ പ്ലീസ്. ഇതാണെന്റെ നമ്പർ..."

സമയസൂചികൾ അടുത്തദിവസത്തിന്റെ വരവറിയിച്ചു കഴിഞ്ഞിരുന്നു. അവളെഴുതി: "സമയം വളരെ വൈകിയിരിക്കുന്നു സ്വാമിജീ, എനിക്കുറങ്ങണം. ഗുഡ്നൈറ്റ്."

മറുപടിയെത്തുംമുമ്പ് അവൾ സൈബർവലയത്തിൽനിന്ന് പുറത്തിറങ്ങി. സന്ന്യാസീമുഖത്തെ മനസ്സിൽനിന്ന് ഇറക്കിവിടാനുള്ള ശ്രമമായി. മറക്കാൻ ശ്രമിക്കുന്തോറും മിഴിവാർന്നു പ്രത്യക്ഷപ്പെടുന്നു

സൈബർച്ചുവരിലിരുന്ന് പുഞ്ചിരിപൊഴിക്കുന്ന സന്ന്യാസീമുഖം. ആ മുഖത്തിൽ ഉച്ചസൂര്യനെപ്പോലെ ജ്വലിക്കുന്ന രണ്ടു വലിയ കണ്ണുകൾ!

പിറ്റേന്നു രാവിലെ അവൾ ചാറ്റ്ബോക്സ് തുറന്നു.

ണിം... ണിം... ണിം... അകത്തേക്കു പ്രവേശനം കാത്ത് ആകാശത്തിൽ ചുറ്റിത്തിരിഞ്ഞ സന്ദേശങ്ങൾ ബോക്സിൽ വന്നുനിറഞ്ഞു. അവയോരോന്നും ഓരോ കഥയായിരുന്നു! പതിനാലാം വയസ്സിൽ പെറ്റമ്മയായി ത്തീർന്ന പെൺകുട്ടി, അവളെ അമ്മ എന്നതിലുപരി പ്രണയിനിയായിക്കണ്ട കൗമാരയൗവനങ്ങൾ, പാമ്പുകടിയേറ്റ് അകാലചരമംപ്രാപിച്ച അച്ഛനെക്കുറിച്ചുള്ള ബാല്യസ്മരണകൾ, ഒടുവിൽ, പാപബോധത്താൽ വേട്ടയാടപ്പെട്ട മനസ്സുമായി ആശ്രമത്തിന്റെ അകത്തളത്തിലേക്കു ചേക്കേറിയ അമ്മ അവശേഷിപ്പിച്ചുപോയ അനാഥത്വം.

അന്യദുഃഖങ്ങളിൽ ആർദ്രമാവുന്ന മനസ്സിൽനിന്ന് പിടഞ്ഞുണർന്ന വാക്കുകൾ അവൾ ചാറ്റ്ബോക്സിൽ കുറിച്ചു:

“സന്ന്യാസജീവിതം തെരഞ്ഞെടുക്കാനുള്ള കാരണങ്ങൾ ഇതൊക്കെയാണ്, അല്ലേ സ്വാമിജീ?”

“നമിതാ നിനക്കെന്നെയൊന്നു വിളിക്കാമോ പ്ലീസ്?”

മൂന്നക്ഷരമുള്ളൊരു പേരും മൊബൈൽനമ്പരും ബോക്സിൽ തെളിഞ്ഞു.

അവൾ വിളിച്ചു.

“എനിക്കു സന്തോഷമായി നമിതാ, നീയെന്നെ വിളിച്ചല്ലോ. വലിയ ഔദ്യോഗികപദവിയിലിരുന്ന ആളല്ലേ!”

“അതൊക്കെ കഴിഞ്ഞില്ലേ സ്വാമിജീ, ഇപ്പോൾ വെറും നമിത.”

“നമിതാ, നിനക്കെന്നെ പേരുപറഞ്ഞു വിളിക്കാമോ?”

“സ്വാമിജീ, അങ്ങയെപ്പോലെ ദിവ്യനായൊരാളെ പേരുപറഞ്ഞു വിളിക്കുകയോ? എനിക്കതാവില്ല സ്വാമിജീ.”

“മറ്റെല്ലാവരേയുംപോലെതന്നെ ഞാനും ഒരു പച്ചമനുഷ്യൻ. ആരെങ്കിലും പേരുപറഞ്ഞൊന്നു വിളിച്ചുകേൾക്കാൻ ഞാനെത്ര കൊതിക്കുന്നുവെന്നു നിനക്കറിയാമോ? എന്നെ രതീന്ദ്രാ എന്നൊന്നു വിളിക്കൂ നമിതാ.”

എത്ര ശ്രമിച്ചിട്ടും മൂന്നക്ഷരമുള്ള ആ പേരുവിളിക്കാൻ ഒരു സന്ന്യാസിയോടുള്ള ആദരവ് അവളെ അനുവദിച്ചില്ല.

“നമിതാ, എന്നെക്കുറിച്ച് ഞാനെന്തെല്ലാമെഴുതി. നീയാണെങ്കിൽ വ്യക്തിപരമായ യാതൊന്നും ഇതേവരെ പറഞ്ഞില്ല. വീട്ടിൽ ആരൊക്കെയുണ്ട്? ഭർത്താവ്, കുട്ടികൾ...?”

“വീട്ടിൽ എന്റെ മകനും കുടുംബവുമുണ്ട്. ഭർത്താവ് മരിച്ചുപോയി.”

“ഓഹ്! നീയും തനിച്ചാണല്ലേ?”

സ്വാമിജിയുടെ സ്വരത്തിന് സ്വിച്ചിട്ടമാതിരിയൊരു തെളിച്ചം! ശോകരാഗമുതിർത്തുകൊണ്ടിരുന്ന സ്വരവീണ പെട്ടെന്ന് സന്തോഷത്തിന്റെ ഉച്ചസ്വരം പാടുന്നപോലെ. കാരണമെന്തെന്നു ചിന്തിച്ച് ആശ്ചര്യപ്പെട്ടിരിക്കെ സ്വാമിജി പറഞ്ഞു:

“തെറ്റാണെന്നറിയാം എങ്കിലും പറയട്ടെ നമിതാ, നിന്നിൽനിന്ന് ഞാൻ കേൾക്കാൻ കൊതിച്ച മറുപടി ഇതായിരുന്നു, ഭർത്താവ് മരിച്ചുപോയി എന്ന്.”

ഈ വാക്കുകൾ ഒരു സന്ന്യാസിയുടെ നാവിൽനിന്നോ? അവൾ അമ്പരന്നു.

“നമിതാ നമ്മുടെ ഈ പരിചയപ്പെടൽ അനിവാര്യമായിരുന്നു. ഇത് പുതിയൊരു ജീവിതത്തിന്റെ തുടക്കമാണെന്ന് മനസ്സു പറയുന്നു. ഏകാന്തതയിൽനിന്നുള്ള മോചനം. അങ്ങനെ തോന്നുന്നില്ലേ നിനക്ക്?

”ഇല്ല സ്വാമിജീ, ഈ ഏകാന്തത എനിക്കിഷ്ടമാണ്.”

“ഉള്ളുതുറന്നു പറയൂ നമിതാ ഈ ഏകാന്തത നിനക്കു മടുത്തുവെന്ന്, എന്നെ നിനക്കിഷ്ടമാണെന്ന്.”

“സ്വാമിജീ, മറ്റെന്തെല്ലാം വിഷയങ്ങളുണ്ട് നമുക്കു സംസാരിക്കാൻ.

വേണ്ടാത്ത കാര്യങ്ങൾ പറഞ്ഞു വെറുതേയെന്തിനാ.....?"

"ശരി ശരി. നമിത ധാരാളം യാത്രചെയ്യാറുണ്ടല്ലോ. ചിത്രങ്ങളൊക്കെ നന്നായിരിക്കുന്നു."

"താങ്ക്യു സ്വാമിജീ."

"നീ കൈലാസത്തിൽ പോയിട്ടുണ്ടോ?"

"ഇല്ല."

"ഋഷികേശ്, ബദരീനാഥ്...?"

"ഇല്ല."

"പോകണമെന്നാഗ്രഹമില്ലേ?"

"ആഗ്രഹമുണ്ടു സ്വാമിജി, സാഹചര്യങ്ങൾ ഒത്തുവരണ്ടേ?"

"നമുക്കൊരുമിച്ചു പോകാമോ? ഐ മീൻ നമ്മൾ രണ്ടുപേരും മാത്രമായൊരു യാത്ര."

രണ്ടുപേരും മാത്രം? അവൾക്ക് സ്വാമിജി ഉദ്ദേശിച്ചത് എന്താണെന്നു വ്യക്തമായില്ല. അല്പനേരം അവൾ ഒരു മൗനവലയത്തിനുള്ളിൽ ചുരുങ്ങിയിരുന്നു.

"നമിതാ... നീയെന്താ ഒന്നും പറയാത്തത്?"

"സ്വാമിജി എന്താ ഉദ്ദേശിച്ചത്? എനിക്കു മനസ്സിലായില്ല."

"നമിതാ, സ്വന്തമെന്നു പറയാൻ എനിക്കാരുമില്ല. ഒരു പനി വന്നാൽ സുഖമായോ എന്നു വിളിച്ചു ചോദിക്കാൻപോലും ഒരാളില്ല. ഒരു സാന്ത്വന സ്പർശമില്ല. എല്ലാവർക്കും ഞാൻ സ്വാമിജിയല്ലേ, സ്വാമിജി. നമിതാ നിന്നെ എനിക്കു വേണം... എന്റെ സ്വന്തമായി... എന്റെ സാന്ത്വനമായി..."

"സ്വാമിജീ അങ്ങയെ എനിക്കും വേണം, എന്റെ സ്വന്തമായി... എന്റെ സാന്ത്വനമായി..." എന്നൊരു മറുപടി അവളുടെ ഹൃദയത്തിൽ നിന്നു പുറപ്പെട്ടു വന്നു. പക്ഷേ, നാവ് അതിനെ തടഞ്ഞുനിർത്തി. പകരം ഇങ്ങനെ പറഞ്ഞു: "സ്വാമിജീ, ഈ കൊച്ചുവലയത്തിലൊതുങ്ങുന്ന ഇത്തിരി സൗഹൃദം മാത്രം മതിയെനിക്ക്. നമുക്കിവിടെ നല്ല സുഹൃത്തുക്കളായി തുടരാം. അതിനപ്പുറത്തേക്ക് ഞാനില്ല."

"നമിതാ... .നീ നിന്റെ മനസ്സാക്ഷിക്കെതിരായി സംസാരിക്കുന്നു." സ്വാമിജി ക്ഷുഭിതനായി. തൽക്ഷണം തന്നെ അദ്ദേഹം ശാന്തനാവുകയും ചെയ്തു.

"എനിക്കറിയാം നമിതാ നിന്റെ ഹൃദയം അനുയോജ്യനായൊരു പുരുഷനുവേണ്ടി എത്രമാത്രം ദാഹിക്കുന്നുവെന്ന്. പ്ലീസ് നമിതാ നിനക്കെന്നെ സ്വീകരിച്ചുകൂടേ? എന്തിനാ നാം നമ്മളെ സ്വയം വേദനിപ്പിക്കുന്നത്? നീ ആഗ്രഹിക്കുന്ന പുരുഷനാവാൻ എനിക്കു കഴിയും. ഞാൻ നിന്നെ വിവാഹംകഴിക്കാം. മരിക്കുംവരെ നമുക്ക് ഒരുമിച്ചു ജീവിക്കാം. വാ മോളൂ.... നമിതാ.... എന്റെ കണ്മണീ..."

'എന്റെ സ്വാമിജീ...' ആർദ്രതയും സ്നേഹവും തുളുമ്പുന്ന ഒരു വിളി അവളുടെ സ്വരനാളത്തിൽ കിടന്നു പിടഞ്ഞു. ആ അനാഥസ്നേഹത്തിന്റെ വിരൽത്തുമ്പു പിടിച്ച് വൈധവ്യത്തിന്റെ നീർച്ചുഴിയിൽനിന്നു കരകയറാൻ അവൾക്ക് വെമ്പലായി. അടുത്തനിമിഷംതന്നെ ഭയപ്പാടോടെ

അവൾ തന്റെ ഹൃദയത്തിന്റെ ആഴങ്ങളിലേക്കിറങ്ങിനോക്കി. അവിടെ ബന്ധങ്ങളുടെയും ബന്ധനങ്ങളുടെയും ചരടുകൾ കെട്ടുപിണഞ്ഞുകിടക്കുകയാണ്. ആ ചരടുകളെല്ലാം ചേർന്ന് തനിക്കുവേണ്ടി ഒരു പൂമാല കോർത്തുതരില്ലെന്നറിയാം. എന്നാലും അവയോരോന്നും അത്രമേൽ തനിക്കു പ്രിയപ്പെട്ടവയാണ്. അവ പൊട്ടിച്ചെറിഞ്ഞാൽ താൻ താനല്ലാതായിത്തീരും.

"എന്റീശ്വരാ...." ഹൃദയംപിടഞ്ഞവൾ വിളിച്ചു. "സ്വാമിജിയോട് ഞാനെന്താണു പറയേണ്ടത്?"

നിർദ്ദോഷമായൊരു കള്ളം അവളുടെ നാവിലെത്തി;

"സ്വാമിജീ ഒരത്യാവശ്യകാര്യത്തിനായി ഞാൻ പുറത്തേക്കു പോവുകയാണ്. നമുക്ക് പിന്നെ സംസാരിക്കാം."

"ഓക്കെ നമിതാ. വന്നാലുടനെ നീയെന്നെ വിളിക്കണം. അനുകൂലമായൊരു മറുപടിക്കായി ഞാൻ കാത്തിരിക്കും."

അവൾ അലമാര തുറന്ന് നല്ലൊരു പുസ്തകത്തിനായി പരതി. ഗംഗാപോറ്റിയുടെ *കൈലാസസാനുവിൽ* എന്ന യാത്രാവിവരണഗ്രന്ഥമാണ് കൈയിൽ കിട്ടിയത്. എത്ര വായിച്ചറിഞ്ഞാലും മതിവരാത്ത കൈലാസമെന്ന പുണ്യഭൂമിയിൽ രാവേറുവോളം അവൾ മനസ്സിനെ പിടിച്ചിരുത്തി. ഇടയ്ക്കിടെ സ്വാമിജി അക്ഷമനായി ഓടിക്കയറിവന്നു ചോദിച്ചുകൊണ്ടിരുന്നു:

"നമിതാ നീ ആരിൽനിന്നാണിങ്ങനെ ഒളിച്ചോടാൻ ശ്രമിക്കുന്നത്? എന്നിൽനിന്നോ? അല്ല നമിതാ, നീ നിന്നിൽനിന്നു തന്നെയാണ് ഒളിച്ചോടാൻ ശ്രമിക്കുന്നത്. നീ ഭയപ്പെടുന്നത് നിന്നെത്തന്നെയാണ്."

"ശരിയാണു സ്വാമിജീ, ഞാൻ ഭയപ്പെടുന്നത് എന്നെത്തന്നെയാണ്. എന്നിൽനിന്നുതന്നെയാണ് ഞാൻ ഒളിച്ചോടാൻ ശ്രമിക്കുന്നതും." അവൾ ഈവിധം മറുപടിയും ആവർത്തിച്ചുകൊണ്ടിരുന്നു.

ഒടുവിൽ, രാത്രിയുടെ അന്ത്യയാമത്തിൽ സ്വാമിജിയുടെ നമ്പർ മൊബൈൽസ്ക്രീനിൽ തെളിഞ്ഞു.

"എന്താ നമിതാ നീയെന്നെ വിളിക്കാത്തത്? എപ്പോഴും ഞാൻ തന്നെ വിളിച്ചുകൊണ്ടിരിക്കുന്നു. എന്തിനാ ഞാനിങ്ങനെ വിളിക്കുന്നത്? ഞാൻ നിന്നെ അത്രത്തോളം ആഗ്രഹിക്കുന്നു. എന്റെ പ്രണയം വർഷകാലനദിപോലെ ഇരമ്പിപ്പായുകയാണ് നിന്നിലെത്താൻ. പക്ഷേ.... നീയിതേവരെ ഹൃദയംതുറന്ന് ഒരുവാക്കുപോലും എന്നോടു പറഞ്ഞില്ല. ഞാൻ വീണ്ടുംവീണ്ടും വിളിച്ചുകൊണ്ടേയിരിക്കുന്നു, ഒരു വിഡ്ഢിയെപ്പോലെ."

"സ്വാമിജീ ഞാൻ..."

"നിന്നെ വിഷമിപ്പിക്കാൻ പറഞ്ഞതല്ല നമിതാ, എന്റെ സങ്കടം അറിയിച്ചെന്നേയുള്ളൂ. അതുപോട്ടെ. ഞാൻ യാത്ര പ്ലാൻചെയ്യുകയാണ്. നീ വരില്ലേ?"

"സ്വാമിജീ, അങ്ങനെയൊരു യാത്രയെക്കുറിച്ച് ഞാൻ ആലോചിച്ചതേയില്ല."

"ആലോചിക്കാനെന്തിരിക്കുന്നു? വേണ്ടതിലേറെ സമ്പത്തും ബന്ധുബലവും അന്തസ്സും ആഭിജാത്യവും ഒക്കെയുണ്ടായിട്ടും നിന്റെ മനസ്സിലുമില്ലേ നമിതാ ഒരു ശൂന്യസ്ഥലം?"

"ശൂന്യസ്ഥലികളെക്കുറിച്ചു ചിന്തിക്കേണ്ട പ്രായമല്ല സ്വാമിജീ എന്റേത്. സാഹചര്യങ്ങൾ അതിന് അനുകൂലവുമല്ല."

"പ്രായമല്ല നമിതാ മനസ്സാണു പ്രധാനം. മനസ്സുണ്ടെങ്കിൽ മാർഗ്ഗവുമുണ്ടാവുമെന്നു കേട്ടിട്ടില്ലേ?"

"സ്വാമിജീ, എനിക്ക് രണ്ടു ചോയിസേയുള്ളൂ; ഒന്നുകിൽ നല്ല സുഹൃത്തുക്കൾ മാത്രമായി നമുക്കിവിടെ തുടരാം. അല്ലെങ്കിൽ ഈ സൗഹൃദം ഇവിടെവച്ച് അവസാനിപ്പിക്കാം. ഇതിൽ ആദ്യത്തേതാണ് എനിക്കിഷ്ടം."

"ഇല്ല നമിതാ. നിന്റെ മനസ്സിലെ ശൂന്യസ്ഥലികൾ ഞാനെന്റെ പ്രേമം കൊണ്ടു നിറയ്ക്കും. നമ്മുടെ പ്രേമം ഹിമാലയത്തോളം ഉയരുമ്പോൾ സാക്ഷാൽ കൈലാസനാഥന്റെ മുന്നിൽവച്ചു പൂജിച്ച മഞ്ഞച്ചരട് ഞാൻ നിന്റെ കഴുത്തിൽ കെട്ടും. നമ്മൾ ശിവപാർവ്വതിമാരെപ്പോലെ ഒന്നായിത്തീരും."

"സ്വാമിജീ അങ്ങെന്തൊക്കെ വിഡ്ഢിത്തങ്ങളാണ് പുലമ്പുന്നത്? സ്വാതന്ത്ര്യത്തിന്റെ ശുദ്ധവായു ശ്വസിച്ച എനിക്ക് ഇനിയൊരു ചരടിന്റെ ആവശ്യമില്ല."

"നമിതാ....നീയെന്നെ അപമാനിക്കയാണോ?"

വികാരവിക്ഷോഭങ്ങൾ നിയന്ത്രിക്കാനാവാത്ത അവസ്ഥയിൽ ആയിരിക്കുന്നു സ്വാമിജി. ഉച്ചത്തിൽ ശകാരിക്കുകയും അധിക്ഷേപിക്കുകയും പുലമ്പുകയും പൊട്ടിച്ചിരിക്കുകയുമൊക്കെ ചെയ്യുന്നു. ശബ്ദത്തിന്റെ ഇടർച്ചകാരണം പലതും വ്യക്തമാവുന്നില്ല. അധിക്ഷേപവാക്കുകൾ അവളുടെ ആത്മാഭിമാനത്തെ വ്രണപ്പെടുത്തി.

"സ്വാമിജീ.... താങ്കളൊരു സന്ന്യാസിയല്ലേ? ദയവായി ഇങ്ങനെയൊന്നും പറയരുത്." ഇത്രയും പറഞ്ഞ് അവൾ സംസാരം നിർത്തി. എന്നിട്ട് മെസഞ്ചർബോക്സിൽ ഇങ്ങനെ എഴുതി:

"പ്രിയപ്പെട്ട സ്വാമിജീ, മുഖം കണ്ടപ്പോൾ ഞാൻ കരുതിയത് അങ്ങ് ദിവ്യനായൊരു യോഗിയാണെന്നായിരുന്നു; ഭൗതികമോഹങ്ങളിൽനിന്നെല്ലാം മുക്തനായ യോഗി. സനാതനധർമ്മം, ശാശ്വതസത്യം എന്നിവയെപ്പറ്റി ചില സംശയങ്ങൾ ചോദിച്ചറിയാമെന്നു കരുതിമാത്രം ചങ്ങാത്തം കൂടിയതാണ്. പക്ഷേ, എനിക്കു തെറ്റിപ്പോയി. അങ്ങയോട് എന്നേക്കുമായി ഗുഡ്ബൈ പറയേണ്ടിവന്നതിൽ ഖേദമുണ്ട്."

'അതെ, നിനക്ക് തെറ്റിപ്പോയി. എന്നെങ്കിലും നീ തിരിച്ചറിയും യോഗിയെന്നാലാരാണെന്നും ലൗകികതയിൽനിന്നുള്ള മുക്തിയെന്നാലെന്താണെന്നും. നമിതാ നീ എനിക്കു തന്ന പ്രതീക്ഷ എത്ര വലുതായിരുന്നു. ഞാനൊരു കൊട്ടാരം പണിയുകയായിരുന്നു; പക്ഷേ, അത് ആകാശത്തിലായിപ്പോയി. ഒടുവിൽ നീയെന്നെ ഒരു വിഡ്ഢിയാക്കി, പമ്പരവിഡ്ഢി. എന്റെ ഹൃദയം തകർന്നിരിക്കുന്നു. എന്നെന്നേക്കുമായി ഗുഡ്ബൈ.'

മറുപടിക്ക് അകമ്പടിയായി നെറ്റിൽനിന്ന് ഡൗൺലോഡുചെയ്ത ഒരു ചിത്രവും. രാത്രിയുടെ നീലക്കറുപ്പിൽ, വിജനമായ വഴിയോരത്ത്, ഇലകൊഴിഞ്ഞ മരച്ചുവട്ടിൽ, കൈത്തലങ്ങളിൽ മുഖംതാങ്ങിയിരിക്കുന്ന ഒരു പുരുഷന്റെ ചിത്രം.

മൂത്തോരൻ മകൻ മണിയൻ

ഓട്ടോക്കാരൻ മതിലോരംചേർത്തു വണ്ടിനിർത്തിയപ്പോൾ അവർക്കു മനസ്സിലായി തങ്ങൾക്കിറങ്ങേണ്ടത് ഇവിടെത്തന്നെ. എങ്കിലും ഇറങ്ങുന്നതിനുമുമ്പ് വേലായുധൻ തല വെളിയിലേക്കുനീട്ടി ഒന്നുകൂടി തിട്ടംവരുത്തി. എന്നിട്ട് അമ്മയെ കൈപിടിച്ച് പതുക്കെ വണ്ടിയിൽനിന്നിറക്കി.

കൂലി കണക്കുപറഞ്ഞുവാങ്ങിയിട്ട് ആട്ടോക്കാരൻ മുന്നിലേക്കു കൈ ചൂണ്ടിപ്പറഞ്ഞു: "ദാ ആ കാണുന്ന ഗേറ്റിലൂടെ പോയാമതി, പാറാവുകാരനോടു ചോദിച്ചാ എല്ലാം പറഞ്ഞുതരും."

രാത്രിമുഴുവൻ ബസ്സ്റ്റാന്റിലെ സിമന്റുബഞ്ചിലിരുന്നു നേരംവെളുപ്പിച്ചതിന്റെ വലച്ചിലും നിനച്ചിരിക്കാതെ കേറിവന്ന അത്യാപത്തിന്റെ ഭയപ്പാടുംകൊണ്ട് ഇരുവരുടെയും മുഖം കരുവാളിച്ചിരുന്നു. തളർച്ച താങ്ങാനാവാതെ താഴ്ന്നുപോകുന്ന തലയെ ആയാസപ്പെട്ടുയർത്തിപ്പിടിച്ച് അവർ ആ പടുകൂറ്റൻ മതിലിനെ നോക്കി.

"മാനംമുട്ടെ ഒയന്നു പടന്നു നിക്കണ മതിലിന്റകത്ത് വലിയൊരു ലോകമൊണ്ട്; കള്ളന്മാരും കൊലപ്പുള്ളികളും പിടിച്ചുപറിക്കാരും കൂലിത്തല്ലുകാരുമൊക്കെ ഒന്നിച്ചുകെടക്കണ ലോകം. അതിന്റെടക്ക് മ്മളെ കുഞ്ഞോരനെപ്പോലെ ഒരു കുറ്റോം ചെയ്യാത്ത പാവത്താമ്മാരും ഒണ്ടെന്നാ പറയണത്. എല്ലാത്തിനേം മേയ്ക്കാൻ കുറേ വാർഡമ്മാരും പൊലീസുകാരും. ഹോ! അതൊരു നരകം തന്നേയെന്റെ നാണിയേ.." ആണ്ടുകൾക്കുമുമ്പ് അനിയൻ കുഞ്ഞോരനെ മോഷണക്കുറ്റം ചുമത്തി ജയിലിലിട്ടിരുന്നപ്പഴ് ചെന്നു കണ്ടിട്ടുവന്ന് മൂത്തോരൻ പറഞ്ഞത് നാണിക്കോർമ്മ വന്നു. ഓട്ടോറിക്ഷയുടെ ശബ്ദം അകന്നുപോയിട്ടും ആ മതിലിനെ തുറിച്ചുനോക്കിക്കൊണ്ട് അവർ അവിടെത്തന്നെ നിശ്ചലയായിനിന്നു.

അറുപതു കഴിഞ്ഞ അമ്മയുടെ കൈപിടിച്ചുകൊണ്ട് വേലായുധൻ പറഞ്ഞു: "വാ അമ്മാ.. പോയിനോക്കാം."

നിറംമങ്ങിയ മേൽമുണ്ട് നേരേയാക്കി, വായിലൂറിയ പുളിച്ചനീര് പുറത്തേക്കു തുപ്പിക്കളഞ്ഞ്, നാണി മകന്റെയൊപ്പം നടന്നു. ഗേറ്റിനടുത്തെത്തിയപ്പോഴേക്കും അവരെ ഭയപ്പെടുത്തിക്കൊണ്ട് തൊട്ടരികിലൂടെ ഒരു ജയിൽവണ്ടി ചീറിക്കടന്നുപോയി. വണ്ടിക്കുള്ളിൽനിന്ന് "അമ്മാ..." എന്നൊരു വിളി തന്റെ കാതിൽ വന്നുപതിച്ചതായി നാണിക്കു തോന്നി. പകപ്പോടെ അകത്തേക്കു നോക്കവെ, വണ്ടി കണ്ണിൽനിന്നു മറഞ്ഞുവെങ്കിലും ആ വിളിയൊച്ച നാണിയുടെ കാതിൽ വീണ്ടും വീണ്ടും മുഴങ്ങി. മണിയൻ വീട്ടിലില്ലാത്ത ചില പാതിരാകളിൽ ഇതുപോലെ "അമ്മാ..." വിളികേട്ട് നാണിയുടെ നെഞ്ചുപിടയ്ക്കാറുണ്ട്. നാടകം, കലാസമിതി എന്നൊക്കെപ്പറഞ്ഞ് രായെന്നോ പകലെന്നോയില്ലാതെ അലച്ചിലാണവൻ.

"ചേരികളിലും പുറമ്പോക്കിലുമൊക്കെ പുഴുക്കളെപ്പോലെ കഴിയുന്ന നമ്മുടെ കൂട്ടർക്കും മനുഷ്യരെപ്പോലെ ജീവിക്കാനുള്ള അവകാശമുണ്ടമ്മാ." മണിയൻ ഇങ്ങനെ വലിയവലിയ കാര്യങ്ങൾ അച്ചടിഭാഷയിൽ പറയുമ്പം നാണിക്ക് തന്റെ മകനെപ്പറ്റി വലിയ അഭിമാനം തോന്നുമെങ്കിലും നാടകം കളിക്കുമ്പോഴുള്ള അവന്റെ ആവേശവും പിശറുമൊക്കെ കാണുമ്പം പേടിയും തോന്നും.

"ഒരുദിവസം ഞാനും വരുമമ്മാ... കോട്ടൊക്കെയിട്ടു, വില്ലുവണ്ടിയിലുവന്ന രാജാവില്ലേ, അതുപോലെ." ഡിഗ്രിപരീക്ഷ ഒന്നാംക്ലാസീ പാസായെന്നറിഞ്ഞപ്പം ചങ്കിലൊതുങ്ങാത്ത സന്തോഷത്തോടെ തന്നെ കെട്ടിപ്പിടിച്ച് മണിയൻ പറഞ്ഞതൊക്കെ വിചാരിച്ചുവിചാരിച്ച് നാണി വിതുമ്പി. മൂത്തോരൻ മരിച്ചശേഷം ആരാന്റെ വീട്ടിലെ ചട്ടിയും പാത്രവും മോറിയും വിഴുപ്പുതുണി വെളുപ്പിച്ചുമാണ് നാണി മക്കളെ വളർത്തിയത്. പട്ടിണികിടന്നാലും പള്ളിക്കൂടം മുടക്കാത്ത മണിയനെക്കുറിച്ച് നാണിക്ക് വലിയ പ്രതീക്ഷയായിരുന്നു. വേലായുധൻ കണ്ടം കൊത്താനും മരം മുറിക്കാനുമൊക്കെ പോവാൻ തുടങ്ങിയതോടെ അവർ അന്യവീടുകളിൽ പണിക്കുപോക്കു നിർത്തി. വേലായുധന്റെ തണലിൽ മണിയൻ വലിയ പഠിത്തക്കാരനായി. ജോലിക്കുള്ള എഴുത്തുപരീക്ഷയും പാസായി നല്ലോരുദ്യോഗവും കാത്തിരിപ്പാണ്. ഇന്റർവ്യൂവിനെന്നും പറഞ്ഞ് രാവിലേ പട്ടണത്തിലേക്കുപോയ മണിയനെ പൊലീസു പിടിച്ചൂന്ന് വേലായുധൻ വന്നു പറഞ്ഞപ്പം നാണി വലിയവായിലേ നിലവിളിച്ചുപോയി.

"നാടകം കളിക്കണനേരത്തല്ലാണ്ട് അവന്റെ മുഖത്തു കോപംവന്നു കണ്ടിട്ടേയില്ല. വേലായുധൻ ചണ്ടപിടിച്ചാലും ചിരിച്ചുംകൊണ്ടു മാറിപ്പോണന്റെ കുട്ടി പൊലീസുകാരടുത്ത് വഴക്കുണ്ടാക്കീന്നു പറഞ്ഞാ..." ചവച്ചുകൊണ്ടിരുന്ന മുറുക്കാൻചണ്ടി ചാമ്പക്കൂനയിലേക്കു തുപ്പിക്കൊണ്ട് അവർ പിറുപിറുത്തു.

"ന്റെ മോൻ ആരുക്കും ഒരു തെറ്റും കുറ്റോം ചെയ്യൂലല്ലോന്റെ ഭഗോതീ..." എന്നു ഭഗവതിയോടു പരിഭവിച്ചും ആർത്തലച്ചുവന്ന സങ്കടക്കടലിനെ ഒരുവിധം ഉള്ളിൽ അടക്കിപ്പിടിച്ചുമാണ് വേലായുധനോടൊപ്പം അവർ പൊലീസ്സ്റ്റേഷനിലേക്കു പുറപ്പെട്ടത്. അന്നേരം പുള്ളിക്കോഴിയേം മക്കളേം കൂട്ടിലാക്കണമെന്നോ ഉണക്കാനിട്ട തുണികൾ മഴ

പെയ്തു നനയുമെന്നോ ഒന്നും നാണി ഓർത്തില്ല. നിനച്ചിരിക്കാതെ കേറിവന്ന ആപത്തിനെ പടികടത്താനുള്ള നിലവിളിയായി അവർ ഇറങ്ങിയോടുകയായിരുന്നു. ചെളിപയഞ്ഞ വഴിയിലൂടെ കിലോമീറ്ററുകളോളം നടന്ന് റോഡിലെത്തി, ബസുപിടിച്ച് സ്റ്റേഷനിലെത്തിയപ്പോഴേക്കും നേരം ഇരുട്ടിയിരുന്നു.

പാറാവുകാരന്റെ തുറിച്ചനോട്ടത്തിനുമുന്നിൽ അവരുടെ ശേഷിച്ച ധൈര്യവും ചോർന്നുപോയി. അവജ്ഞയോടെ അയാൾ മുന്നിലെ മുറിയിലേക്കു വിരൽചൂണ്ടി.

അവർ അറച്ചറച്ച് അങ്ങോട്ടു കയറിച്ചെന്നു.

"എന്താ?" ചുവന്നുതുറിച്ച കണ്ണുകളുള്ള ഒരു പൊലീസുകാരൻ പുച്ഛരസത്തിൽ ചോദിച്ചു.

"മണിയനെ പൊലീസു പിടിച്ചൂന്നു കേട്ടുവന്നതാണ്." വേലായുധൻ ഒരുവിധം പറഞ്ഞൊപ്പിച്ചു.

"ചെക്കൻ നല്ല കഞ്ചാവാണല്ലേടാ?" പൊലീസുകാരൻ ഗർജ്ജിച്ചു.

"മെനക്കെടുത്താനായിട്ടു കേറിവരും ഓരോ ....മോമ്മാര്."

കഞ്ചാവ് എന്നു കേട്ടതും നാണിയും വേലായുധനും ഞെട്ടിപ്പിടഞ്ഞ് അന്യോന്യം നോക്കി. നാണി വിക്കിവിക്കിപ്പറഞ്ഞു:

"ന്റെ മോൻ ഒരു മുറിബീഡി വലിക്കണതു കൂടി ഞാങ്കണ്ടിട്ടില്ലേ സാറേ."

"നാക്കടക്കു തള്ളേ. ഇല്ലേൽ ചവിട്ടിപ്പുറത്താക്കും." പൊലീസുകാരൻ കോപിച്ചലറി.

നാണിയും മകനും പേടിച്ചൊതുങ്ങിനിന്നു. അധികാരത്തിന്റെ കാരുണ്യത്തിനായി കേഴുന്ന അഭയാർത്ഥികളെപ്പോലെ അവർ പൊലീസുകാരെ ദയനീയമായി നോക്കി.

"പൊയ്ക്കോ ഇവിടന്ന്. ഇനിയെല്ലാം അങ്ങു കോടതിയിൽ പറഞ്ഞാൽ മതി." അതൊരു കല്പനയായിരുന്നു.

മണിയനെക്കാണാൻ എങ്ങോട്ടു പോകണമെന്നറിയാതെ നാണിയും വേലായുധനും കുഴങ്ങി. ജാതിപ്പേരുപറഞ്ഞുള്ള ആക്ഷേപങ്ങളും തെറിവാക്കുകളും കേട്ട് ചെവിക്കല്ലു പൊട്ടുമെന്നായപ്പോൾ അവർ ആന്തിയാന്തി പുറത്തേക്കിറങ്ങി. ഒരു തടിച്ച പുസ്തകത്തിൽ എന്തോ എഴുതിക്കൊണ്ട് വരാന്തയിലെ ബഞ്ചിലിരുന്ന കറുത്തുമെലിഞ്ഞ പൊലീസുകാരന്റെ മുമ്പിൽ അവർ നിസ്സഹായരായി നിന്നു. അയാൾക്ക് അവരോട് അല്പം അലിവുതോന്നി, മനസ്സിലാവുന്ന രീതിയിൽ കാര്യങ്ങൾ പറഞ്ഞുകൊടുത്തു. കഞ്ചാവടിച്ചു പൊതുസ്ഥലത്തു ബഹളമുണ്ടാക്കിയതിനും തടയാൻ ചെന്ന പൊലീസുകാരെ ആക്രമിക്കാൻ മുതിർന്നതിനുമാണത്രെ മണിയനെ പിടിച്ചുകൊണ്ടുവന്നത്. അവനെയിപ്പോൾ സബ്ജയിലിലേക്കു കൊണ്ടുപോയിരിക്കയാണെന്നും ഇന്നിനി കാണാൻ പറ്റില്ലെന്നുമാണ് അയാൾ നല്കിയ വിവരം. അങ്ങനെയാണ് അമ്മയും മകനും വെളുക്കുംവരെ ബസ്സ്റ്റാന്റിൽ കഴിച്ചുകൂട്ടിയതും അതിരാവിലെ ജയിലിലെത്തിയതും.

"ആലുവ സബ്ജയിൽ" എന്നെഴുതിയ ബോർഡും കുത്തനെയുള്ള വഴിയും കണ്ട് നാണി ഭീതിയോടെ വേലായുധനെ നോക്കി. വേലായുധൻ അമ്മയുടെ കൈയിലെ പിടി മുറുക്കി.

"ഈ മതിലിന് ഇത്രേം പൊക്കമെന്തിനാണെന്റെ ഭഗോതീ...? കുറ്റം ചെയ്തോരാണെങ്കിലും മനുഷമ്മാരെയല്യോ ഇതിന്റകത്തിട്ടേക്കണെത്! പൊറത്തൂന്നൊരു കാറ്റുപോലും അകത്തോട്ടെത്തിനോക്കൂലല്ലോ..." നാണി മതിലിനെ നോക്കി വേവലാതിപ്പെട്ടു.

"കുറ്റവാളികള് ചാടിപ്പോവാണ്ടിരിക്കാനായിരിക്കുമമ്മാ. വലിയ കുറ്റം ചെയ്യണ പുള്ളികളില്ലേ, എന്തുംചെയ്യാൻ മടിക്കാത്തോര്. അവരെയൊക്കെ പൊലീസിനും പേടിയാരിക്കും."

നാണിയും വേലായുധനും പതുക്കെ മുന്നോട്ടുനീങ്ങി. തോക്കേന്തി നില്ക്കുന്ന പാറാവുകാരനെ കണ്ടപ്പോൾ അവർക്ക് മുട്ടുവിറയ്ക്കാൻ തുടങ്ങി. സ്വന്തം നാട്ടിൽ അന്യരാക്കപ്പെട്ടവരെപ്പോലെ അവർ അകത്തേക്കുള്ള അനുവാദം കാത്തുനിന്നു. പേരും കാര്യവും കേട്ടപ്പോൾ പാറാവുകാരന്റെ മുഖത്തും കോപം ഇരച്ചുകയറി. നാണി കണ്ണീരോടെ കൈകൂപ്പി യാചിച്ചു: "സാറേ നിക്കെന്റെ മോനെക്കാണണം."

പാറാവുകാരൻ ശാന്തനായി, നാണിയെ നോക്കിപ്പറഞ്ഞു: "ഇപ്പോ ഇവിടുന്നൊരു വണ്ടി പോയതു കണ്ടില്ലേ, അവനെ ആശുപത്രിയിലേക്കു കൊണ്ടുപോയതാ. തടവുപുള്ളികൾ ശരിക്കു കൈകാര്യംചെയ്ത ലക്ഷണമുണ്ട്."

നെഞ്ചിനകത്തൊരു തീക്കാറ്റൂതണപോലെ നാണിക്കു തോന്നി. അവർ ദേഹംതളർന്ന് നിലത്തിരുന്നു. "ന്റെ ഭഗോതീ..... ന്റെ മോൻ...." എന്നൊരു നിലവിളി അവരുടെ തൊണ്ടയിൽ കുടുങ്ങിക്കിടന്നു.

"പോയി ഒരു വക്കീലിനെക്കണ്ട് എത്രയുംവേഗം അനിയനെ ജാമ്യത്തിലിറക്കാൻ നോക്ക്." പാറാവുകാരൻ വേലായുധനോടായി പറഞ്ഞു. അമ്മയേംകൂട്ടി വേലായുധൻ തിരിച്ചുനടന്നു. രാത്രിമുഴുവൻ പെയ്തിട്ടും തീരാത്ത മേഘങ്ങൾ വീണ്ടും പെയ്തുതുടങ്ങി. മേൽമുണ്ട് മടക്കി തലയിലിട്ടുകൊണ്ട് നാണി വേച്ചുവേച്ചു നടന്നു. ചാറിച്ചാറി വലുതായ മഴയുടെ ആരവത്തിൽ അവരുടെ നിശ്ശബ്ദമായ നിലവിളിയും കണ്ണീരും ഒഴുകിയൊലിച്ചു. നനഞ്ഞൊലിക്കുന്ന വസ്ത്രങ്ങളുമായി ബസിൽ കയറിയ നാണിയെയും വേലായുധനെയും ഇസ്തിരിയിട്ട വസ്ത്രധാരികൾ അറപ്പോടെ നോക്കി ഒഴിഞ്ഞുമാറിനിന്നു. വാതിലിനു പിന്നിലെ മൂലയ്ക്കൊതുങ്ങിനിന്ന് അവർ വല്ലവിധേനയും ആശുപത്രിക്കവലവരെയെത്തി. കാലുകോച്ചിപ്പിടിച്ച് ഇറങ്ങാനാവാതെ നിന്ന നാണിയെ വേലായുധൻ താങ്ങിയെടുത്തു താഴെയിറക്കി. അടുത്തുകണ്ട ചായപ്പീടികയിൽനിന്ന് ഓരോ കട്ടൻചായ കുടിച്ചശേഷം അവർ ആശുപത്രിയിലേക്കു നടന്നു.

ജില്ലാ ആശുപത്രിയിലെ സെല്ലിൽക്കിടന്ന് ബോധത്തിനും അബോധത്തിനുമിടയിൽ പുതിയൊരു നാടകം കളിക്കുകയായിരുന്നു മണിയൻ. അവന്റെ കറുത്തുമെലിഞ്ഞ രൂപവും ശരീരത്തിലെ ചതവുകളും പല്ലുകളടർന്നുപോയ മേൽമോണയും അവന് മേക്കപ്പിന്റെ ആവശ്യം ഇല്ലാതാക്കിയിരിക്കുന്നു. വേദനയുടെ മൂർച്ഛയിൽ "അമ്മാ... അമ്മാ..." എന്ന വിളി സെല്ലിൽ മുഴങ്ങിക്കേൾക്കാം. ബോധമുണരുന്ന ഇടവേളകളിൽ അവൻ നാടകത്തിന്റെ രംഗങ്ങൾ ഓരോന്നായി അവതരിപ്പിച്ചുകൊണ്ടിരുന്നു.

ലംബത്തിരശ്ശീലയും ശീതീകരിണിയുമൊക്കെയുള്ള വിശാലമാ

യൊരു കണ്ണാടിമുറിക്കുള്ളിലായിരുന്നു നാടകത്തിന്റെ തുടക്കം. മുറിക്കു പുറത്ത് അഭ്യസ്തവിദ്യരായ കുറേ ചെറുപ്പക്കാർ ബയോഡാറ്റയും സർട്ടിഫിക്കറ്റുകളുമായി അഭിമുഖത്തിന് തയ്യാറായിരിപ്പാണ്. പേരുവിളിക്കുന്ന മുറയ്ക്ക് അകത്തേക്കു പോകുന്നവരുടെ ഉൽക്കണ്ഠകളും തിരിച്ചിറങ്ങുമ്പോഴുള്ള ആശങ്കയും ശ്രദ്ധിച്ചുകൊണ്ട് മണിയൻ തന്റെ ഊഴം കാത്തിരുന്നു. ഏറ്റവുമൊടുവിലായി, മൂത്തോരൻ മകൻ മണിയൻ എന്ന വിളി കേട്ടതും അവൻ എണീറ്റ് ഭവ്യതയോടെ അകത്തേക്കുചെന്നു. വലിയൊരു മേശയ്ക്കപ്പുറം സുമുഖരും ശുഭ്രവസ്ത്രധാരികളുമായ മൂന്നുപേർ കുഷനിട്ട കസേരകളിൽ നിവർന്നിരിപ്പുണ്ട്. അവരെ അഭിവാദ്യം ചെയ്തുകൊണ്ട് ഇപ്പുറത്തുള്ള കസേരയിൽ മണിയൻ ഇരുന്നു.

“മൂത്തോരൻ മകൻ മണിയൻ.... അല്ലേ?” ഒന്നാമത്തെയാൾ കൈയിലിരുന്ന ലിസ്റ്റിൽ നോക്കിക്കൊണ്ടു ഗൗരവത്തോടെ ചോദിച്ചു.

“അതെ.” മണിയൻ ആദരവോടെ പറഞ്ഞു.

“സർട്ടിഫിക്കറ്റുകൾ കൊണ്ടുവന്നിട്ടുണ്ടോ?” രണ്ടാമൻ ചോദിച്ചു.

“ഉണ്ട്.” മണിയൻ സർട്ടിഫിക്കറ്റുകൾ അയാളുടെ നേർക്കുനീട്ടി.

“എല്ലാറ്റിനും നല്ല മാർക്കുണ്ടല്ലോടാ.... മിടുക്കൻ!” സർട്ടിഫിക്കറ്റുകൾ മറിച്ചുനോക്കിക്കൊണ്ട് മൂന്നാമത്തെയാൾ ആശ്ചര്യംകൂറി.

മൂന്നുപേരും അവനോട് മാറിമാറി ചോദ്യങ്ങൾ ചോദിച്ചു. അവൻ എല്ലാത്തിനും കൃത്യമായി ഉത്തരംനല്കി. ഒടുവിൽ, വഴിവിട്ട ചില ചോദ്യങ്ങൾക്കുമുന്നിൽ പകച്ചിരുന്ന മണിയനോട് ഒന്നാമൻ പറഞ്ഞു:

“ശരി പൊയ്ക്കോ.”

സർട്ടിഫിക്കറ്റുകളുമെടുത്ത് മണിയൻ പുറത്തേക്കു നടന്നു. പിന്നിൽ മുഴങ്ങിയ ചിരിക്കൊപ്പം “ചെളിയുംകുത്തി നടന്നവനൊക്കെ ഇപ്പൊ വലിയ വലിയ കസേരകളിലാ നോട്ടം!” എന്നൊരു പരിഹാസവാചകവും അവന്റെ കാതുകളിൽ തുളഞ്ഞുകയറി. എത്രയും വേഗം അവിടെനിന്നും ഓടിരക്ഷപ്പെടണമെന്നു അവനു തോന്നിയെങ്കിലും നുകം പേറിയ കാളയെപ്പോലെ അവൻ കിതയ്ക്കുകയും വായിൽനിന്ന് നുരപൊഴിക്കുകയും ചെയ്തു. വേച്ചു വേച്ചു പടികളിറങ്ങിയ മണിയൻ അലക്ഷ്യമായി നഗരത്തിരക്കിലമർന്നു; സർട്ടിഫിക്കറ്റുകളുടെ ഭാരമില്ലാതെ.

നഗരത്തിലെ ബസ്സ്റ്റാന്റിലായിരുന്നു രണ്ടാമത്തെ രംഗം. മണിയന്റെ മുന്നിൽ കാഴ്ചക്കാരായി കുറേ യാത്രക്കാരും ജീപ്പുംചാരിനില്ക്കുന്ന രണ്ടു പൊലീസുകാരും. ഇരുണ്ട് മെല്ലിച്ച മണിയന്റെ കഴുത്തിലെ ഞരമ്പുകൾ വികാരത്തള്ളിച്ചയാൽ എഴുന്നുനിന്നു. ചെളിയുടെ ഗന്ധവും ഇളം നെല്ലിന്റെ പാൽരുചിയുമുറഞ്ഞ അവന്റെ തൊണ്ടയിൽനിന്ന് നൂറ്റാണ്ടുകളുടെ നിലവിളികൾ ശിഥിലശബ്ദങ്ങളായി മുറിഞ്ഞുവീണു. അവന്റെ അടുക്കും ചിട്ടയുമില്ലാത്ത വാക്കുകളിലൂടെ പുറമ്പോക്കിലെ അധഃകൃതജീവിതങ്ങളുടെ അനുഭവസാക്ഷ്യങ്ങൾ കേട്ട് ആളുകൾ സഹതപിച്ചുനില്ക്കേ അവൻ പഴയൊരു നാടൻപാട്ട് ഈണത്തിൽ, താളത്തിൽ പാടിത്തുടങ്ങി:

“ഏനിന്നലെ രാത്തിരിയൊരു ചൊപ്പനം കണ്ടമ്മാ...

കൂനനുറുമ്പണിചേന്നൊരു കൊമ്പനെ....."

പാട്ടിലെ വരികൾ മുഴുമിപ്പിക്കുംമുമ്പേ "വലിച്ചു വണ്ടിയിൽക്കേറ്റെടാ ആ........ന്റെമോനെ." എന്നൊരു ഗർജ്ജനം ബസ്സ്റ്റാന്റിലെ ബഹളങ്ങളെ മറികടന്ന് മണിയന്റെ കാതിലെത്തി. കാര്യമെന്തെന്നറിയാതെ പകച്ചു നിന്ന മണിയനെ ഒരു പൊലീസുകാരൻ ചുരുട്ടിയെടുത്തു വണ്ടിയിലേക്കെറിഞ്ഞു. വണ്ടി പൊലീസ്സ്റ്റേഷനെ ലക്ഷ്യമാക്കിപ്പാഞ്ഞു.

മൂന്നാമത്തെ രംഗം ലോക്കൽ പൊലീസ്സ്റ്റേഷനിലാണ്. മുന്നിലെ മുറിയുടെ മൂലയ്ക്ക് കൂസലില്ലാതെ നില്ക്കുന്ന മണിയന്റെ നേർക്കു ലാത്തിവീശിക്കൊണ്ട് ഒരു പൊലീസുകാരൻ ഗർജ്ജിച്ചു:

"നീ പൊലീസുകാരോട് തർക്കുത്തരം പറയും അല്ലേടാ ....ന്റെ മോനേ? നിനക്കൊക്കെ എന്നാടാ കൊമ്പുമുളച്ചത്?"

"വാലുമുറ്റിയവരിപ്പോൾ കൊമ്പുമുളച്ചവരെ പേടിച്ചുതുടങ്ങി." മണിയൻ പതിയെപ്പറഞ്ഞു.

"ഈ ....മോൻ നാക്കടക്കുമോന്നു നോക്കെടോ." പൊലീസ് മുഖ്യൻ ആജ്ഞാപിച്ചു. ഒരു പൊലീസുകാരൻ മണിയന്റെ കൈയിൽ വിലങ്ങുവച്ച് ലോക്കപ്പിലേക്കു തള്ളി. സിമന്റുതറയിൽനിന്നു ഉയർന്നു പൊങ്ങിയ പൊടിപടലങ്ങൾക്കൊപ്പം അമ്മാ..... എന്നൊരു നിലവിളിയും ഏങ്ങിയേങ്ങി പുറത്തേക്കുകടന്നു.

അടുത്തരംഗം ഒരു കോടതിമുറിയാണ്. കൈവിലങ്ങണിഞ്ഞ് പ്രതിക്കൂട്ടിൽ നില്ക്കുന്ന മണിയൻ അവശനും ക്ഷുഭിതനുമാണ്. ശാന്തനും സൗമ്യനുമായിരിക്കുന്ന മജിസ്ട്രേട്ടിന്റെ മുഖത്തുനോക്കി

അവൻ ചോദിച്ചു: "കുറ്റമൊന്നും ചെയ്തിട്ടില്ലാത്ത എനിക്ക് എന്തു ശിക്ഷയാണു നിങ്ങൾ വിധിക്കാൻ പോകുന്നത്?"

അദ്ദേഹം അവന്റെ ചതഞ്ഞ ശരീരത്തിലേക്കുനോക്കി നെറ്റിചുളിച്ചുകൊണ്ട് ചോദ്യരൂപത്തിൽ പൊലീസുകാരനെ നോക്കി.

ആ നോട്ടത്തിന്റെ അർത്ഥമറിയാവുന്ന പൊലീസുകാരൻ നേരത്തേ കരുതിവച്ചിരുന്ന മെഡിക്കൽ സർട്ടിഫിക്കറ്റ് മജിസ്ട്രേട്ടിന്റെ മുന്നിൽവച്ചു.

സർട്ടിഫിക്കറ്റ് വായിച്ചുനോക്കി ഒന്നമർത്തി മൂളിയിട്ട് അദ്ദേഹം നടപടികളിലേക്കു കടന്നു.

മണിയൻ ചോദ്യം ആവർത്തിച്ചു: "കുറ്റക്കാരനല്ലാത്ത എന്നെ ഏതു നിയമത്തിന്റെ തണലിലാണ് നിങ്ങൾ ജയിലിലിടയ്ക്കുന്നത്?"

ഉത്തരം കിട്ടാത്ത ചോദ്യങ്ങൾ തലച്ചോറിൽ മൂളിപ്പറന്നതോടെ അവന്റെ കേൾവിശക്തി കുറയുകയും ശബ്ദത്തിന് കരുത്തേറുകയും ചെയ്തു. അവൻ ചോദ്യങ്ങളും വാദങ്ങളും തുടരുന്നതിനിടയിൽ കോടതിനടപടികൾ പൂർത്തിയായി.

രേഖകൾക്കിടയിലൂടെ ചോർന്നുപോയ മനുഷ്യത്വം തേടി മണിയന്റെ കണ്ണുകൾ കോടതിമുറിയാകെ പരതി.

ഉത്തരംതേടുന്ന ചോദ്യങ്ങൾ

ചൂടിന്റെ കാഠിന്യംകൊണ്ടു മാത്രമല്ല അയാൾ നട്ടുനനച്ചുണ്ടാക്കിയ പൂച്ചെടികൾക്കിടയിൽ പാതിരാനേരത്ത് വന്നിരിക്കുന്നത്; പക്ഷിത്തൂവലുകളുടെ നൈർമ്മല്യവും നിറഭേദങ്ങളും തേടുന്ന സലിം അലിയും നക്ഷത്രങ്ങളിൽനിന്നു നക്ഷത്രങ്ങളിലേക്കു സഞ്ചരിക്കുന്ന ഗലീലിയോയും അവരുടെ ദൂരക്കാഴ്ചകൾ പറഞ്ഞിരിക്കുന്നത് ഇത്തരം പാതിരാകളിലാണ്. തന്റെ മകനും കുടുംബവും ടെറസിനുകീഴിൽ ഉറക്കം പിടിച്ചു കഴിയുമ്പോഴാവും അയാളുടെ സമയം സജീവമാവുക. ദൂരെ ദൂരെ നീണ്ടുകിടക്കുന്ന നിശ്ശബ്ദതയിലേക്കുനോക്കി ചിലപ്പോഴൊക്കെ അയാൾ ഉച്ചത്തിൽ കൂകിവിളിക്കാറുണ്ട്. മലമടക്കുകളിൽത്തട്ടി പ്രതിദ്ധ്വനിക്കുന്ന തന്റെ ശബ്ദതരംഗങ്ങളിൽ നനഞ്ഞുനില്ക്കുമ്പോൾ പുതുമഴകൊള്ളുന്ന കുട്ടിയെപ്പോലെ തരളിതമാവും അയാളുടെ ചിന്തയുടെ ലോകം.

അന്നും പതിവുപോലെ അയാൾ പൂത്തുനില്ക്കുന്ന റോസാച്ചെടികളുടെ മുള്ളുകളിൽ തലോടിക്കൊണ്ട് തന്റെ ഏകാന്തമായ സ്വകാര്യതകളിൽ മുള്ളിന്റെ മൃദുലതയും പൂക്കളുടെ സൗരഭ്യവും നിറയ്ക്കുകയായിരുന്നു. ഉഷ്ണക്കാറ്റുകൾ ദേശാടനക്കിളികളുടെ ദിശതെറ്റിക്കുന്നതിൽ ഉൽക്കണ്ഠപ്പെടുന്ന അലിയും ശാസ്ത്രം നീതി കൊണ്ടുവരുമെന്നു കരുതിയതിൽ കുണ്ഠിതപ്പെടുന്ന ഗലീലിയോയും ആയിരുന്നില്ല അന്നയാളുടെ വിരുന്നുകാർ. പകരം അത് നിശ്ശബ്ദതകളെ ഭേദിക്കുന്ന ഒരാരവമായിരുന്നു. അകാരണമായൊരു ഭീതി അയാളുടെ ഉള്ളിലലഞ്ഞു.

പുറംതിരിഞ്ഞുനില്ക്കുന്ന ഗാന്ധിപ്രതിമയുടെ ചുവട്ടിൽ ഒത്തുകൂടിയവരുടെ ഇരമ്പം. ഏതോ രാഷ്ട്രീയക്കാർ ആട്ടിത്തെളിച്ചു കൊണ്ടുവന്ന ആട്ടിൻപറ്റങ്ങളാണെന്നേ ആദ്യം കരുതിയുള്ളൂ. ചന്ദ്രക്കലയുടെ

പാതിവെളിച്ചത്തിൽ പാതിരാത്തണുപ്പിനെ കീറിപ്പിളർന്നുകൊണ്ട് ആരവം അടുത്തെത്തുകയും ശബ്ദങ്ങൾക്ക് വ്യക്തത വരികയും ചെയ്തപ്പോഴാണ് അസ്വസ്ഥത പടർത്തുന്ന ചോദ്യങ്ങളെറിയുന്ന ചെറുപ്പക്കാരാണവരെന്നു മനസ്സിലായത്. ബീഹാറിയും ബംഗാളിയും കാശ്മീരിയും മലയാളിയും ആണും പെണ്ണും എല്ലാം അവരിലുണ്ടായിരുന്നു. അവരിൽ ഡോക്ടറുടെയും എഞ്ചിനീയറുടെയും മാത്രമല്ല, കൃഷിക്കാരുടെയും ഫാക്ടറിത്തൊഴിലാളികളുടെയും മക്കളുണ്ടായിരുന്നു. നീതിയെയും നിയമത്തെയും ഇഴകീറുന്ന ചോദ്യങ്ങൾ ദേശത്തിനും ഭാഷയ്ക്കുമപ്പുറം, ജാതിക്കും മതത്തിനുമപ്പുറം അവരെ ഒന്നിപ്പിക്കുന്നു.

ഗാന്ധിപ്രതിമയിൽ അവർ ചാരിവച്ച ബോർഡിൽ ആത്മഹത്യ ചെയ്ത സഹപാഠിയുടെ ചിത്രത്തോടൊപ്പം വരച്ചുചേർത്ത തൂക്കുകയർ ഇരുളടഞ്ഞ ഭൂതകാലത്തിന്റെ ഗുഹാമുഖംപോലെ ഭീതിപരത്തി.

"സ്ത്രീകളെല്ലാം സീതയെപ്പോലെ ജീവിക്കണമെന്നു പറയുന്ന നിങ്ങൾ എന്റെ അമ്മയെയും പെങ്ങളെയും തെറിവിളിക്കുന്നത് എന്തിനാണ്?"

കൂട്ടത്തിൽ ഒരു ചെറുപ്പക്കാരൻ രോഷത്തോടെ മൊബൈൽഫോണുയർത്തി ചോദിക്കുന്നതു കണ്ടു. ഉത്തരം പറയേണ്ടവർ കൂട്ടത്തിലില്ല എന്നറിയാമായിരുന്നിട്ടും അവർ ചോദ്യങ്ങൾ ചോദിച്ചുകൊണ്ടേയിരുന്നു. അധികാരത്തിന്റെ അതിർത്തികളിൽ പിടയുന്ന നിസ്വരായ മനുഷ്യരെക്കുറിച്ച് അവർ വേവലാതിപ്പെട്ടു. ഭഗത്സിങ്ങിന്റെയും സുഖ്ദേവ്സിങ്ങിന്റെയും ബാബസാഹിബ് അംബേദ്കറുടെയും കാർഡിനൽ ന്യൂമാന്റെയുമൊക്കെ ഭാവപ്പകർച്ചകൾ അവരുടെ മുഖങ്ങളിൽ മിന്നിമറഞ്ഞുകൊണ്ടിരുന്നു.

ചോദ്യങ്ങളെയല്ല, ചോദ്യങ്ങൾ ചോദിക്കാൻ അവർ കാണിക്കുന്ന ധീരതയെ ആരൊക്കെയോ ഭയക്കുന്നതായും സംഘംചേർന്നുള്ള അവരുടെ പാട്ടും പൊട്ടിച്ചിരികളും ആരെയൊക്കെയോ അസ്വസ്ഥരാക്കുന്നതായും അയാൾക്കു തോന്നി. അവരുടെ പരുക്കൻ വസ്ത്രങ്ങളും ചിതറിയ തലമുടിയും ആരെയും കൂസാത്ത നോട്ടവും കനൽച്ചെപ്പിൽ മൂടിവച്ചിരുന്ന അയാളുടെ ഭൂതകാലസ്മൃതികളിൽ തീപടർത്തി.

ഇരതേടാനിറങ്ങിയ കടവാതിൽ തലയ്ക്കുമേലേ ചിറകടിച്ചുപറന്നപ്പോൾ അയാളൊന്നു ഞെട്ടി തലയുയർത്തി. അവരിൽനിന്നും രണ്ടുപേർ തന്റെ റോസാച്ചെടികളുടെ അരികിലേക്കു വരുന്നതുകണ്ട് അയാൾ അല്പം ഇരുളിലേക്കു മാറിനിന്നു. പൂക്കൾ ഇറുത്തെടുക്കാനുള്ള ശ്രമത്തിനിടയിൽ യുവാവിന്റെ കൈയിൽ മുള്ളുകൊണ്ട് രക്തം കിനിഞ്ഞു. ഉടനെ, കൂടെയുള്ള യുവതി തന്റെ ഷാൾകൊണ്ട് മുറിവിൽ അമർത്തിപ്പിടിച്ചു.

വെളിച്ചത്തിലേക്കു നീങ്ങിനിന്ന അയാളെ കണ്ടപ്പോൾ ഇരുവരുടെയും മുഖത്ത് ജാള്യതപടർന്നു.

"നിങ്ങൾ ഗവേഷണവിദ്യാർത്ഥികളല്ലേ?" മുഖത്ത് കൃത്രിമഗൗരവം

വരുത്തിക്കൊണ്ട് അയാൾ ചോദിച്ചു.

"അതെ." അവർ ഒരുമിച്ചു മറുപടി പറഞ്ഞു.

"എന്നിട്ടാണോ അനാവശ്യചോദ്യങ്ങളുമായി ക്യാമ്പസിൽ ചുറ്റിത്തിരിയുന്നത്? എന്തെല്ലാം പ്രതീക്ഷകളോടെയായിരിക്കും രക്ഷിതാക്കൾ നിങ്ങളെ പഠിക്കാനയച്ചത്?"

"ക്ഷമിക്കണം സർ, ലാഭത്തിനായി ഫാമുകളിൽ വളർത്തുന്ന കോഴിക്കുഞ്ഞുങ്ങളാണു ഞങ്ങളെന്ന് അങ്ങു ധരിച്ചതിൽ ഞങ്ങൾക്കു സങ്കടമുണ്ട്." യുവാവ് പ്രതികരിച്ചു.

ഇപ്പോൾ ജാള്യതപടർന്നത് അയാളുടെ മുഖത്തായിരുന്നു.

"വിദ്യാർത്ഥികൾ ഗണിതത്തിലും ശാസ്ത്രത്തിലും മാത്രമേ ചോദ്യങ്ങൾ ചോദിക്കാവൂ എന്നു നിഷ്കർഷിക്കുന്നത് ശരിയാണോ? യഥാർത്ഥത്തിൽ, ഉപജീവനത്തിനുവേണ്ടിയല്ലേ എല്ലാം? അപ്പോൾ ചോദ്യങ്ങൾ സിലബസിനു പുറത്താവുന്നതിൽ എന്താ തെറ്റ്?"

"ശരിശരി, നിങ്ങൾ ചെറുപ്പക്കാരോട് തർക്കിച്ചു ജയിക്കാൻ ഞാനാളല്ല. എന്താ നിങ്ങൾ ഇങ്ങോട്ടുവന്നതിന്റെ ഉദ്ദേശം?"

"ഞങ്ങൾക്കു കുറച്ചു റോസാപ്പൂക്കൾ വേണം, മുള്ളോടുകൂടി."

"ഹും... പ്രണയാഘോഷമായിരിക്കും?" അയാൾ ചിരിച്ചുകൊണ്ടു ചോദിച്ചു.

"അല്ല, നീതിപാലകർക്കു സമർപ്പിക്കാൻ. മരിച്ചുകിടക്കുന്നവർക്കു റീത്തുവയ്ക്കാറില്ലേ അതുപോലെ." അവരുടെ ശബ്ദം ഉറച്ചതായിരുന്നു.

മുള്ളോടുകൂടിത്തന്നെ കുറച്ചു റോസാപ്പൂക്കൾ അയാൾ അവർക്കു സമ്മാനിച്ചു.

മീൻപിടിക്കുന്നതും ഒരു കലയാണ്

"ചേട്ടാ ചൂണ്ടയുണ്ടോ?" അടുക്കളയിൽ ചപ്പാത്തിക്ക് മാവുകുഴച്ചു കൊണ്ടിരുന്ന പാചകക്കാരനോട് കാർത്തിക്ക് ചോദിച്ചു.

വഞ്ചിയുടെ വരിച്ചിലിൽ ഭദ്രമായി സൂക്ഷിച്ചിരുന്ന ചൂണ്ടയെടുത്ത് കാർത്തിക്കിനു കൊടുത്തിട്ട് പാചകക്കാരൻ ചോദിച്ചു: "സാറിനുമുണ്ടോ ചൂണ്ടക്കമ്പം? കായലും പുഴയുമൊന്നും കണ്ടിട്ടില്ലാത്ത വിദേശി കൾക്കല്ലേ ഇതിലൊക്കെ വലിയ ഉത്സാഹം?"

പൊട്ടിച്ചിരിച്ചുകൊണ്ട് കാർത്തിക്ക് പറഞ്ഞു: "തോട്ടുവക്കത്ത് ആളു കൾ മണ്ണിരകോർത്തു ചൂണ്ടയിടുന്നതു കണ്ടിട്ടുണ്ട്."

അവന്റെ മറുപടികേട്ട് മീനയ്ക്കും ചിരിപൊട്ടി. കാർത്തിക്കിന് സൈബർക്കായലിൽ ചൂണ്ടയിടാനല്ലേ മിടുക്ക്.

പകൽയാത്ര കഴിഞ്ഞ് രാത്രിവിശ്രമത്തിനായി വഞ്ചിവീട് കരയടു പ്പിച്ച് കെട്ടിയിട്ടതോടെ ചൂണ്ടയിടാനുള്ള ഒരുക്കത്തിലാണ് വിനോദപ്രിയ നായ കാർത്തിക്ക്.

"മഴയിലൊരു ജലയാത്ര! നീ വരുന്നോ?" അവൻ വിളിച്ചപ്പോൾ മീനയ്ക്ക് ആലോചിക്കാനൊന്നുമുണ്ടായിരുന്നില്ല. മടുപ്പിക്കുന്ന ക്യാബിനും കീബോർഡിനും ചെറിയൊരിടവേള. കാഴ്ചകളിൽ വ്യത്യ സ്തത തേടുന്ന കാർത്തിക്കുമൊത്ത് പലതവണ യാത്രചെയ്തിട്ടുണ്ടവൾ. ജലത്തിലായാലും കരയിലായാലും ഓരോ യാത്രയും ഓർമ്മയിൽ ചില്ലിട്ടുവയ്ക്കാവുന്ന അനുഭൂതികൾ.

ചൂണ്ട ചുരുൾനിവർത്തി ഇരകോർക്കാൻ പാകത്തിൽ പിടിച്ചു കൊണ്ട് അവൻ ചോദിച്ചു: "ചേട്ടാ ചപ്പാത്തിമാവു കൊരുത്താൽ മീൻ കൊത്തുമോ?"

"നമുക്കൊന്നു പരീക്ഷിച്ചുനോക്കാം സാറേ" ഷാജി പ്രോത്സാ

ഹിപ്പിച്ചു. നനച്ചുരുട്ടിയ ഗോതമ്പുമാവുമായി കാർത്തിക് വഞ്ചിയുടെ ചുണ്ടത്തിരുന്ന് ചൂണ്ടയെറിഞ്ഞു.

കായൽപ്പരപ്പിൽ വെള്ളിമുത്തുകൾ വിതറുന്ന ചാറ്റൽമഴയിലേക്ക് കൈനീട്ടിക്കൊണ്ട് വഞ്ചിവീടിന്റെ ജനാലയ്ക്കൽ നില്ക്കുകയായിരുന്നു മീന. കായൽക്കാറ്റിൽ ചിതറിച്ചാറുന്ന മഴയേറ്റു നനഞ്ഞപ്പോൾ അവൾ അച്ഛന്റെ തറവാട്ടിൽ വിരുന്നിനെത്തിയ മീനുക്കുട്ടിയായി. വീട്ടുകാരുടെ കണ്ണുവെട്ടിച്ച് മഴനനഞ്ഞും മീൻപിടിച്ചും ഉല്ലസിക്കുന്ന ഗ്രാമബാല്യങ്ങൾക്കൊപ്പം കൂടി. മഴത്തണുപ്പിൽ തിമർത്തുപൊന്തിയ വയൽമീനുകൾ വരമ്പിലെ മടയിലൂടെ വരിവരിയായി കൈത്തോടിലേക്കിറങ്ങിവരുന്നതു കണ്ട് മീനുക്കുട്ടി ആർത്തുകൂവി. "ഹൂയ്....." പാക്കരനും പത്രോസും രാജേശ്വരിയും തുളസിയും സുഹറയും രവിക്കുട്ടനുമടങ്ങുന്ന കുട്ടിപ്പട ഏറ്റുകൂവി: "ഹൂയ്...... ഹൂയ്....."

താഴ്ത്തിവിരിച്ച തോർത്തുവലയിലേക്കു പാഞ്ഞുകേറുന്ന മാനത്തുകണ്ണികൾ. ചുരുട്ടിപ്പിടിച്ച തോർത്തിനുള്ളിൽ മാനത്തുകണ്ണികളുടെ മാനം കാണാതെയുള്ള പിടച്ചിൽ. പിടച്ചിലാറുംമുമ്പ് അവറ്റയെ സരസ നീട്ടിയ കൂമ്പാളയിലേക്കു കുടഞ്ഞിട്ട് വീണ്ടും വലവീശുന്ന ഉണ്ണിയും പാക്കരനും. അനക്കമറ്റൊരു മാനത്തുകണ്ണിയെ കൈയിലെടുത്ത് അതിന്റെ കണ്ണുകളിൽ വിരലോടിച്ചുകൊണ്ട് രവിക്കുട്ടൻ പ്രഖ്യാപിച്ചു: "മീനുകൾക്ക് കൺപോളകളില്ല." അവന്റെ കണ്ടുപിടിത്തത്തെ എല്ലാവരും കൈയടിച്ച് അംഗീകരിച്ചു. മഴച്ചാറ്റൽ നിന്നപ്പോൾ കുട്ടിപ്പട പറമ്പിലേക്കു കയറി. തുളസി കരിയിലകൾക്കിടയിൽ പാത്തുവച്ചിരുന്ന വക്കുപൊട്ടിയ മൺചട്ടിയെടുത്ത് തോട്ടുവെള്ളത്തിൽ കഴുകിവൃത്തിയാക്കി. സരസ മീനുകളെ ചട്ടിയിലേക്കു കുടഞ്ഞിട്ടു. രാജേശ്വരിയും രവിക്കുട്ടനും കല്ലുകൾകൊണ്ട് അടുപ്പുകൂട്ടി. പാക്കരൻ ഓടിപ്പോയി കുടിലിൽനിന്ന് ചൂട്ടും തീയും കൊണ്ടുവന്നു. ചെറുമീനുകളെ പാകത്തിനു വേവിച്ചെടുക്കാൻ വിരുതത്തി സുഹറ തന്നെ. വെന്തമീനിന്റെ ചെളിമണം കാറ്റിൽ പരന്നപ്പോൾ മീനുക്കുട്ടി മൂക്കുവിടർത്തിനിന്നു. ഹായ്....

താർപ്പായകളുടെ ഇളകിയാട്ടം മീനയെ ബോട്ടിലേക്കു മടക്കിവിളിച്ചു. മഴയ്ക്കൊപ്പം കായൽക്കാറ്റിനും കരുത്തേറിയിരിക്കുന്നു. അറുപതിനോടടുത്ത ഡ്രൈവർ പിറുപിറുത്തുകൊണ്ട് താർപ്പായകൾ വലിച്ചു കെട്ടുകയാണ്. യാത്രയിലുടനീളം കുട്ടനാടൻ കഥകളുമായി വാചാലനായിരുന്നെങ്കിലും കാറ്റിലുലയുന്ന ബോട്ടുപോലെ അയാളുടെ ആകുല ചിന്തകളും എവിടെയും നില്ക്കാതെ ആടിയുലയുകയായിരുന്നു.

നെല്പാടങ്ങൾക്കും കായലിനുമിടയിൽ അരപ്പട്ടപോലെ നീണ്ടുകിടക്കുന്ന മൺതടത്തിൽ വേരുറപ്പിക്കാനിടമില്ലാതെ ഇളകിയാടുന്ന തെങ്ങുകൾ. മഴക്കാറ്റ് അവയെ ബോട്ടിനുമുകളിലേക്കു മറിച്ചിടുമോ എന്നായിരുന്നു അയാളുടെ പേടി. ചെറുപ്പക്കാരനായ ഷാജി ഇടയ്ക്കിടെ അടുക്കളയിൽനിന്നും ഓടിവന്ന് അയാളെ സഹായിക്കുകയും ധൈര്യമോതുകയും ചെയ്തുകൊണ്ടിരുന്നു. സന്ധ്യക്ക് യാത്രയവസാനിപ്പിച്ച് ബോട്ട്

തീരത്തെ മരങ്ങളിൽ കെട്ടിയിട്ടതോടെ അയാൾക്ക് ആശ്വാസമായി. രാവിലെ എട്ടുമണിവരെ ബോട്ടിനു വിശ്രമമാണ്; ഡ്രൈവർക്കും. അയാൾ ബാഗുമെടുത്ത് വീട്ടിലേക്കുപോയി.

"കൊത്തുന്നുണ്ട്; പക്ഷേ കുരുങ്ങുന്നില്ല." ചൂണ്ടയിൽ കൊരുത്ത ഗോതമ്പുമാവും കൊത്തിക്കൊണ്ട് ഓടിപ്പോകുന്ന മീനുകളെ പിടിച്ചേ അടങ്ങൂ എന്ന വാശിയിലാണ് കാർത്തിക്ക്.

"ഇരുട്ടായില്ലേ സാറേ, കാണാനൊക്കൂല്ല. കൈയിലറിയണം കൊത്ത്. അതിന് നല്ല പരിചയം വേണം." ഷാജി കാർത്തിക്കിന് അനുഭവപാഠം പറഞ്ഞുകൊടുത്തു. കാർത്തിക്ക് പൂർവ്വാധികം വാശിയോടെ പരിശ്രമം തുടർന്നു.

മീന ബോട്ടിന്റെ തുഞ്ചത്തിരുന്ന് കായൽക്കാഴ്ചകൾ കണ്ടു രസിക്കുകയാണ്. രാത്രി തങ്ങാനെത്തിയവരെയും പേറിക്കൊണ്ട് നിശ്ചിത സ്ഥാനങ്ങളിൽ നിരന്നുകിടക്കുന്ന വലുതും ചെറുതുമായ വഞ്ചിവീടുകൾ. പ്ലാസ്റ്റിക് വടങ്ങളും കയറുകളുംകൊണ്ട് അവയെ കരയിലെ മരങ്ങളിൽ കെട്ടിയിട്ടിരിക്കുകയാണ്. ചാനൽകേബിളുകൾ ബോട്ടിനുള്ളിലേക്ക് പ്രവേശനം കാത്ത് മരക്കൊമ്പുകളിൽ ചുരുണ്ടുകിടക്കുന്നു. വെള്ളം നിറഞ്ഞ കുട്ടനാടൻ പാടശേഖരങ്ങൾ ആകാശനിഴൽപോലെ അകലെ കാണാം. പാടത്തിനും കായലിനുമിടയ്ക്കുള്ള അതിർവരമ്പിൽ കെട്ടിപ്പൊക്കിയ കൂരകളും ഷീറ്റുമേഞ്ഞ വീടുകളും ദരിദ്രജീവിതത്തിന്റെ അടയാളങ്ങൾ പേറിനില്ക്കുന്നു. അതൊക്കെ പാവപ്പെട്ട കർഷകത്തൊഴിലാളികളുടെ വീടുകളാണെന്ന് ഡ്രൈവർ പറഞ്ഞതോർത്തു. അവയിൽനിന്ന് പതുങ്ങിയെത്തുന്ന നേർത്തവെളിച്ചം അവരുടെ ജീവിതരേഖപോലെതന്നെ കായലോളങ്ങളിൽ ആടിയുമുലഞ്ഞും നില്ക്കുന്നു.

തൊട്ടടുത്ത വഞ്ചിയിലുള്ളവർ യൂറോപ്പിൽ നിന്നുള്ളവരാണെന്നു തോന്നുന്നു. നിക്കറും ബനിയനുമിട്ട വെളുമ്പിപ്പെണ്ണിന്റെ ചുണ്ടിൽ എരിയുന്ന സിഗരറ്റുണ്ട്. അവൾ കരയിലെ നിറമില്ലാത്ത ജീവിതത്തിന്റെ ചലനങ്ങൾ നോക്കി ആശ്ചര്യപ്പെട്ടുനില്പാണ്. പ്രകൃതിഭംഗികൾ കണ്ടുല്ലസിക്കാനെത്തിയവരെന്തിനു നിഴൽജീവിതങ്ങളെക്കുറിച്ചു വ്യാകുലപ്പെടണം! മീന കണ്ണുകളെ മറ്റൊരു ദിശയിലേക്കു തിരിച്ചുപിടിച്ചു. കായലിലേക്കു ചാഞ്ഞുനില്ക്കുന്ന പുന്നമരത്തിന്റെ ചുവട്ടിലിരുന്നു ചൂണ്ടയിടുന്നവരിൽ അവളുടെ നോട്ടം തങ്ങിനിന്നു. തെങ്ങോലകൾക്കിടയിലൂടെ കടന്നെത്തുന്ന നിഴൽവെളിച്ചത്തിൽ അവരുടെ ഇരുണ്ടമുഖം കണ്ടപ്പോൾ അവർ അവിടെയിരിക്കാൻ തുടങ്ങിയിട്ട് കാലം ഒരുപാടായെന്ന് തോന്നി. ചാറ്റൽമഴ വന്നതും പോയതുമൊന്നും അവർ അറിഞ്ഞമട്ടില്ല. ഇടയ്ക്കിടെ ചലിക്കുന്ന കൈകളാണ് അവർക്കു ജീവനുണ്ടെന്നു തോന്നിക്കുന്നത്. വല്ലപ്പോഴും ചൂണ്ടയിൽ കുരുങ്ങുന്ന ചെറുമീനുകളെ പ്ലാസ്റ്റിക്ക് കവറിലാക്കി പൊതിഞ്ഞുവയ്ക്കുന്നുണ്ട്.

"അവർ അത്താഴക്കറിക്ക് മീൻപിടിക്കുന്നതാ. ഇങ്ങനെ കരയ്ക്കിരുന്നാ വലുതൊന്നും കിട്ടൂല്ല. പാവങ്ങൾ." മീനയുടെ കൗതുകം കണ്ടിട്ട്

ഷാജി പറഞ്ഞു.

"ഹായ് പിടിച്ചു. പലതവണ ഇവളെന്നെ പറ്റിച്ചു. ഞാൻ വിടുമോ?" ചൂണ്ടയിൽ കുരുങ്ങിയ ചെറുമീനുമായി കാർത്തിക്ക് മുന്നിൽ. അവന്റെ പൂച്ചക്കണ്ണുകളിൽ വന്യമായൊരു സന്തോഷം.

മീന ആ മീനിനെ നോക്കി. അതിന്റെ വീർത്തുന്തിയ വയറിനുള്ളിൽ നിറയെ മണൽത്തരികൾപോലുള്ള മുട്ടകളായിരിക്കും, നല്ല രുചിയുള്ള മുട്ടകൾ. കുട്ടിക്കാലത്തു ചുട്ടുതിന്ന തോട്ടുമീനുകളുടെ മണവും രുചിയും മൂക്കിലും നാക്കിലും നിറച്ചുകൊണ്ട് അവൾ കാർത്തിക്കിനെ അഭിനന്ദിച്ചു: "നീ നല്ലൊരു ചൂണ്ടക്കാരൻ തന്നെ."

"ഹ ഹ ഹാ...." പൊട്ടിച്ചിരിച്ചുകൊണ്ട് അവൻ പറഞ്ഞു: "എടി പെണ്ണേ, ചപ്പാത്തിമാവുകൊണ്ടു ചൂണ്ടയിടുന്നതാദ്യമായിട്ടാ. നമുക്ക് വാക്കുകൾ കൊണ്ടു ചൂണ്ടയിടുന്നതല്ലേ ശീലം."

മീന കൗതുകത്തോടെ ഓർത്തു: കീബോർഡിൽ വിരൽത്തുമ്പുകളുതിർക്കുന്ന നിറമുള്ള വാക്കുകൾ കോർത്ത് സൈബർക്കായലിൽ നിരന്നിരിക്കുന്ന ചൂണ്ടകൾക്കിടയിലൂടെ മിന്നിയും തെന്നിയും കുതറിയോടുന്ന മീനുകൾ. കുതറുന്തോറും കോർത്തുവലിക്കുന്ന ചൂണ്ടമുനകൾ. അങ്ങനെയല്ലേ താനും കാർത്തിക്കിൽ കുരുങ്ങിപ്പോയത്!

ചൂണ്ടയിൽ കുരുങ്ങിക്കിടക്കുന്ന മീനിനെ കൊതിയോടെ നോക്കിക്കൊണ്ട് അവൾ ചോദിച്ചു:

"നീയിതിനെ എന്തുചെയ്യാൻ പോകുന്നു?"

"ദേ.. അയാൾക്കു കൊടുക്കാം." എന്നുപറഞ്ഞുകൊണ്ട് കാർത്തിക് മീനിനെ ചൂണ്ടയിൽനിന്നു പറിച്ചെടുത്ത് കരയിലെ ചൂണ്ടക്കാരന്റെ അരികിലേക്കെറിഞ്ഞുകൊടുത്തു. എന്നിട്ട് അടുക്കളയിലേക്ക് വിളിച്ചുചോദിച്ചു: "ഷാജീ... കൊഞ്ചു റെഡിയായോ?"

"ങ്ഹാ. എടുക്കട്ടേ സർ?"

"എടുത്ത് മുകളിൽ വച്ചേക്ക്. രണ്ടുഗ്ലാസും ഒരുകുപ്പി വെള്ളവും കൂടി വേണേ."

ഫിനിഷിങ്പോയിന്റിൽ ബോട്ടുനിർത്തിയപ്പോൾ കരയിലെ കച്ചവടക്കാരനിൽനിന്ന് കാർത്തിക് വിലപേശിവാങ്ങിയതാണ് കായൽക്കൊഞ്ച്. അതാണ് അത്താഴത്തിന്റെ സ്പെഷ്യൽ ഐറ്റം.

"ഞാനൊന്നു കുളിച്ചുവരാം മോളേ. നമുക്കിന്നടിച്ചു പൊളിക്കണ്ടേ?" ഒരു കുസൃതിച്ചിരിയോടെ അവൻ മുറിയിലേക്കു പോയി.

ഒറ്റതിരിഞ്ഞൊഴുകുന്ന കുളവാഴകളിലെ നനുത്തപൂക്കളുടെ നീലിമ കണ്ണിൽ നിറച്ചുകൊണ്ട് മീന കായൽക്കാറ്റിൽ കുളിർന്നുനിന്നു. ജലവിതാനത്തിലെ രാത്രിവർണ്ണങ്ങൾ രതിനീലയും പ്രണയച്ചുവപ്പുമായി അവളുടെ ഉള്ളിലേക്ക് ഒഴുകിത്തുളുമ്പി.

കാർത്തിക്ക് കുളിച്ചുവന്നപ്പോഴേക്കും ഷാജി കൊഞ്ചുവറുത്തതും വെള്ളവും ഗ്ലാസും മുകളിൽ കൊണ്ടുവച്ചിട്ട് പറഞ്ഞു:

"സാറേ ഞാനൊന്നു പുറത്തേക്കിറങ്ങുന്നു. ഒരരമണിക്കൂർ. അതു

കഴിഞ്ഞുപോരേ അത്താഴം?"

"മതിമതി. ഷാജി പോയിട്ടുവാ."

അയാൾ പൊയ്ക്കഴിഞ്ഞപ്പോൾ എം എച്ചിന്റെ ഫുൾബോട്ടിൽ ഉയർത്തിക്കാട്ടി കാർത്തിക്ക് വിളിച്ചു: "വാ മോളേ വാ..."

സ്നേഹം വന്നാൽ അവനങ്ങനെയാണ്. മോളേന്നേ വിളിക്കൂ. സ്നേഹമായാലും ലഹരിയായാലും അതിരുവിട്ടാൽപ്പിന്നെ ഒന്നും മിണ്ടാതെ മടിയിൽക്കിടന്നു വിതുമ്പും. എന്തിനാ കരയുന്നതെന്നു ചോദിച്ചാൽ ഉത്തരമില്ല. ആ ബോറൻ പരിപാടി വല്ലപ്പോഴുമുള്ള കൂടിച്ചേരലിന്റെ സുഖനിമിഷങ്ങൾ ഇല്ലാതാക്കും. അതുകൊണ്ട് അവന്റെ സന്തോഷം കരച്ചിലോളം വളരാതിരിക്കാൻ അവൾ പ്രത്യേകം ശ്രദ്ധിച്ചിരുന്നു.

ഒരുപോലെ നിറച്ച ഗ്ലാസുകളിലൊന്ന് കാർത്തിക്ക് അവൾക്കു നീട്ടി. ഗ്ലാസുകൾ പരസ്പരം മുട്ടിച്ച് ചിയേഴ്സ് പറഞ്ഞ് ഇരുവരും സന്തോഷത്തിന്റെ തുള്ളികൾ നുണയാൻ തുടങ്ങി. ചിന്തകളിൽ ലഹരി പടർന്നതോടെ കാർത്തിക്ക് വാചാലനായി. കായലും കടലും കടന്ന്, ബ്ലാക്ക് ഹോളും സ്റ്റീഫൻ ഹോക്കിൻസും കടന്ന് ഏറ്റവുമൊടുവിൽ കണ്ടെത്തിയ നക്ഷത്രസമൂഹങ്ങൾവരെ എത്തിയ വാദപ്രതിവാദങ്ങൾ ഡിജിറ്റൽ കറൻസിയിലേക്ക് കത്തിപ്പടർന്നു. കാർത്തിക്കിന്റെ വാദങ്ങളോട് മീനയ്ക്ക് യോജിക്കാനായില്ല. അവൾ നിശ്ശബ്ദയായി. ഈഗോയ്ക്കു മുറിവേറ്റാൽ അവൻ കുത്തുവാക്കുകൾ ചൂണ്ടമുനയിൽ കോർത്ത് സൈബർകായലിലേക്കെറിയും. ആത്മാഭിമാനത്തിന്റെ ആഴങ്ങളിൽ തറഞ്ഞുകയറുന്ന ചൂണ്ടമുനകൾ ഊരിയെറിഞ്ഞാലും മുറിവിൽനിന്ന് ചോരവാർന്നുകൊണ്ടേയിരിക്കും.

വിയോജിപ്പിന്റെ വീര്യം കൂടിയപ്പോൾ ഇരുവരും ലോകകാര്യംവിട്ട് കൊഞ്ചിന്റെ രുചിയിലേക്കും എം എച്ചിന്റെ ലഹരിയിലേക്കും മടങ്ങിവന്നു. കാർത്തിക്ക് ഒഴിഞ്ഞ ഗ്ലാസുകൾ വീണ്ടും നിറച്ചു. വറുത്തകൊഞ്ചിന്റെ എരിവ് രസമുകുളങ്ങളിൽ നീറ്റലായി പടർന്നപ്പോൾ അവൻ വഞ്ചിത്തലപ്പത്തു കയറിയിരുന്ന് കായലിലേക്കു നോക്കി നീട്ടിക്കൂവി: കൂ........യ്. മീന ഏറ്റുകൂവി. ഹൂ......യ്. കായലിൽനിന്നൊരു കൂവൽ മറുപടിയായി കിട്ടിയപ്പോൾ ഇരുവരും കുട്ടികളെപ്പോലെ കൈകൊട്ടിയാർത്തു. സന്തോഷത്തിന്റെ പാരമ്യതയിൽ അവർ കൈകൾ കോർത്തു പിടിച്ച് കണ്ണിൽക്കണ്ണിൽ നോക്കിനിന്നു. പിന്നെ വസ്ത്രങ്ങളുടെ ഭാരമൊഴിഞ്ഞ ശരീരങ്ങൾ ഒരേ താളത്തിൽ ചലിക്കാൻ തുടങ്ങി.

"സാറേ മണി പത്തായി. അത്താഴം കഴിക്കണ്ടേ?"

ഷാജി വിളിച്ചപ്പോൾ കാർത്തിക്ക് തറയിൽകിടന്ന ബർമുഡയെടുത്തിട്ടുകൊണ്ട് താഴേക്കുപോയി. മീനയ്ക്ക് ഭക്ഷണം വേണമെന്നേ തോന്നിയില്ല. കാർത്തിക്കിനോടൊട്ടിച്ചേർന്നങ്ങനെ കിടക്കാനായിരുന്നു അവൾക്കിഷ്ടം. അവസാന നിമിഷംവരെ അങ്ങനെ കിടക്കാനായെങ്കിൽ എന്നവൾ കൊതിക്കാറുണ്ടെങ്കിലും ഒരിക്കൽപ്പോലും അവനോടതു പറഞ്ഞിട്ടില്ല. അകത്തു തോന്നുന്ന ഇഷ്ടം അതേപടി പുറത്തുകാണിക്കാൻ

അവന്റെ ഈഗോ ഒരിക്കലും അനുവദിക്കാറില്ല. മീനയുടെ തിരമുറിയാത്ത സ്നേഹപ്രവാഹത്തിനു കുറുകെ വാക്കുകൾകൊണ്ട് തടയണകെട്ടുകയും ചെയ്യും. "ഇന്ന് നമ്മൾ സൗഹൃദത്തിലാണ്.നാളെയും ഇങ്ങനെ തന്നെ ആയിരിക്കണമെന്നു ശഠിക്കുന്നത് ബോറല്ലേ മീനാ?" അവന്റെ ഇത്തരം ചോദ്യങ്ങൾക്കുമുന്നിൽ അവൾ മറുപടിയില്ലാതെ നില്ക്കും. ഏതുനിമിഷവും കൈവിട്ടുപോകാവുന്ന സ്നേഹത്തെ എങ്ങനെയാണ് മുറുകെപ്പിടിക്കുകയെന്ന് ആശങ്കപ്പെടും.

മീനയുടെ സ്നേഹാശങ്കകൾ അവനെ അലട്ടാറേയില്ല. "അഭിപ്രായ ഭിന്നതകളുണ്ടെങ്കിലും ചില സമാനതകൾ നമ്മെ ചേർത്തുനിർത്തുന്നതുകൊണ്ടാവാം നമ്മൾ യാത്രകളിൽ ഒന്നിക്കുന്നത്" അവന്റെ ന്യായീകരണം ഈ വാക്കുകളിൽ ഒതുങ്ങും.

വ്യക്തിസ്വാതന്ത്ര്യത്തിൽ കൈകടത്തരുതെന്നാണ് നിബന്ധനയെങ്കിലും ഇടയ്ക്കിടെ തലനീട്ടുന്ന സ്വാർത്ഥത കലഹങ്ങളിൽ കൊണ്ടെത്തിക്കുന്നതും പതിവാണ്. "എന്റെ ചൂണ്ടയിൽ കുരുങ്ങിയ നാലാമത്തെ മീനാണു നീ" കാർത്തിക്ക് അഹങ്കാരം പറയുമ്പോൾ മീന മൗനിയാവും. മൗനമാണ് അഹങ്കാരത്തിനു പറ്റിയ മറുപടിയെന്ന് അവൾക്കറിയാം. അവന്റെ ചൂണ്ടയിൽ പിന്നെയും എത്രയോ മീനുകൾ കുരുങ്ങിയിരിക്കുന്നു! എന്നിട്ടും ചങ്കിൽ തറഞ്ഞിരിക്കുന്ന ആ ചൂണ്ടക്കൊളുത്ത് ഊരിക്കളയാൻ അവൾക്കാവുന്നില്ല. ചില ഇഷ്ടങ്ങൾ അങ്ങനെയാണല്ലോ, എത്ര ശ്രമിച്ചാലും പറിച്ചെറിയാനാവാത്തവ! തന്റെ വാക്കുകളിൽ എന്തെങ്കിലും ഇഷ്ടക്കേടു തോന്നിയാൽപ്പിന്നെ വലവച്ചരിച്ചാലും അവനെ കിട്ടില്ല. സൈബർക്കായലിൽ തനിക്കു ചെന്നെത്താനാവാത്ത ഏതെങ്കിലും തുരുത്തിൽ പ്രതിഷേധത്തിന്റെ കോട്ടകെട്ടി ഒളിച്ചിരിക്കും. ദിവസങ്ങൾ കഴിയുമ്പോൾ പുറത്തുവന്ന് വീമ്പിളക്കും: "ഏറ്റവും പ്രിയപ്പെട്ടതിനെ വേണ്ടെന്നുവയ്ക്കാൻ കരുത്തുള്ളതാവണം മനസ്സ്."

"മീനാ.... വരുന്നില്ലേ?" കാർത്തിക്ക് വിളിച്ചപ്പോൾ അവൾ എണീറ്റ് താഴേക്കുചെന്നു. ഷാജിയുമായി ലഹരി പങ്കിടുകയായിരുന്നു അവനപ്പോൾ. പാവപ്പെട്ട തൊഴിലാളികളുമായി കൂട്ടുകൂടുന്നതും അവന്റെ ഒരു രീതിയാണ്.

മേശപ്പുറത്തു നിരന്നിരിക്കുന്ന ഇഷ്ടവിഭവങ്ങൾ കണ്ടിട്ടും മീനയ്ക്ക് വിശപ്പുതോന്നിയില്ല. മദ്യം അകത്തുചെന്നാൽ കാർത്തിക്കിന് ഭക്ഷണത്തോട് വല്ലാത്ത ആർത്തിയാണ്. കൊഞ്ചും കരിമീനും രുചിച്ചുനോക്കി അല്പമെന്തോ കഴിച്ചെന്നുവരുത്തി മീന മുറിയിലേക്കു പോയി, ലാപ്പു തുറന്ന് ഡോങ്കിൾ ഫിറ്റുചെയ്ത് സൈബർകായലിലേക്കിറങ്ങി.

സ്വർണ്ണമത്സ്യങ്ങൾക്കിടയിലൂടെ ഊളിയിടുന്ന മഞ്ഞവരയുള്ള കറുത്തപഴുതാരകൾ, പവിഴപ്പുറ്റുകൾക്കിടയിലൂടെ നീന്തുന്ന ചുവന്ന ചുണ്ടുള്ള തത്തമത്സ്യങ്ങൾ, വഴുവഴുപ്പുള്ള വരാലുകളും കൊമ്പുള്ള കാരികളും... ക്ലാപ്പും ടേക്കുമില്ലാതെ പോസുചെയ്യുന്ന സുന്ദരികൾ, വിഷപ്പാമ്പുകൾക്കിടയിൽ നീന്തിത്തുടിക്കുന്ന വർണ്ണച്ചിറകുള്ള ബെറ്റാ മീനു

കൾ.... എത്ര സമൃദ്ധമാണ് സൈബർകായൽ!

ആഴക്കായലിലെ ബാലേനർത്തകിയെപ്പോലെ തോന്നിച്ചൊരു ചുവന്നചിറകുള്ള ബെറ്റയിലേക്ക് മീന പരകായപ്രവേശം നടത്തി. ഊരും പേരും മായ്ച്ച്, കൗതുകങ്ങളിലേക്ക് കണ്ണെറിഞ്ഞ് അങ്ങനെ ചുറ്റിത്തിരിയാൻ എന്തുരസം! വാക്കുകളിൽ വികാരംകൊരുത്തു. നിരന്നിരിക്കുന്ന ചെറുതും വലുതുമായ ചൂണ്ടകൾക്കിടയിലൂടെ ചന്തമുള്ള ചിറകുകൾ വിടർത്തി ചെറിയ ചുഴികളുതിർത്ത്, മേലേക്കു പൊന്തിവന്ന് വെണ്മേഘങ്ങളെ നോക്കി കണ്ണിറുക്കിയും കുസൃതിനിറഞ്ഞ പ്രലോഭനങ്ങൾ വിതറി ചൂണ്ടക്കാരെ ഭ്രമിപ്പിച്ചും അവൾ കായലിൽ ഒഴുകിനടന്നു.

ഭക്ഷണം കഴിഞ്ഞെത്തിയ കാർത്തിക്ക് സ്മാർട്ട്ഫോൺ തുറന്നു. ഹെഡ്ഫോൺ ചെവിയിൽ തിരുകി. മദ്യലഹരിയിൽ, റോക്കിന്റെ ചടുലതാളങ്ങൾക്കൊപ്പം കായൽസുന്ദരിമാരെ കുരുക്കുന്ന വാക്തരംഗങ്ങളും രൂപരഹിതമായൊഴുകി. മൂർച്ചയേറിയ ഇരുമ്പുമുനകളിൽ കോർത്ത ചെറുമീനുകളുടെ നിലവിളികളിൽ അർമ്മാദിക്കുകയാണവൻ. മീനയ്ക്ക് വാശിയേറി. വളഞ്ഞും പുളഞ്ഞും ഒരു കാബറേ നർത്തകിയുടെ കൗശലത്തോടെ അവൾ തനിക്കുനേരേ നീണ്ട ചൂണ്ടകളെ കൊതിപ്പിച്ചു രസിക്കാൻ തുടങ്ങി. ചില ചൂണ്ടകൾ കൊത്തിയെടുത്ത് ആഴങ്ങളിലേക്കു വലിച്ചെറിഞ്ഞു. ചിലത് മൺതിട്ടകളിൽ കൊളുത്തിവച്ചു. മറ്റുചിലത് പരസ്പരം കുരുക്കിയിട്ടു. മീൻ കുരുങ്ങിയെന്നു സന്തോഷിച്ച് ആഞ്ഞുവലിച്ച ചൂണ്ടക്കാർ മൂക്കുകുത്തിവീണു.

കളിതുടരുന്നതിനിടയിൽ മീന കാർത്തിക്കിനെ ഇടംകണ്ണിട്ടു നോക്കി. പുതിയൊരു കോളുകിട്ടിയ ആവേശത്തോടെ ചുവന്നചിറകുള്ള ബെറ്റയിൽ ചൂണ്ടകൊരുത്ത് ആഞ്ഞുവലിക്കുകയാണവൻ. അവളുടെ കുസൃതിക്കണ്ണിൽ ആ കളിക്കാരനോട് തെല്ലൊരു സഹതാപം മിന്നി. അടുത്ത നിമിഷം അവൾ ആ ചൂണ്ടയെ കൊത്തിയെടുത്ത് ആഴത്തിലേക്ക് വലിച്ചെറിഞ്ഞു.

തീവ്രപരിചരണ വിശേഷങ്ങൾ

ഇന്റൻസീവ് കെയർ യൂണിറ്റിന്റെ പുറംവാതിൽ തുറന്ന് സിസ്റ്റർ ഇന്ദിര ഉറക്കെ വിളിച്ചു:

"മുരുകൻ........"

വിശ്രമസ്ഥലത്ത് കുറഞ്ഞത് അമ്പതുപേരെങ്കിലും ശോകംമുറ്റിയ മുഖങ്ങളുമായി കാത്തിരിപ്പുണ്ട്. മുരുകന്റെ ബന്ധുക്കൾ ആരെന്നറിയാനുള്ള ആകാംക്ഷയോടെ എല്ലാവരും പരസ്പരം നോക്കി. ആരും മുന്നോട്ടു വന്നില്ല.

"മുരുകൻ പതിമൂന്നുവയസ്സ്....."

സിസ്റ്റർ ഇന്ദിര കുറച്ചുകൂടി ഉച്ചത്തിൽ വിളിച്ചു. എന്നിട്ടും ആരും വന്നില്ല. തികട്ടിവന്ന അരിശം തുറിച്ചുനോട്ടങ്ങളായി കാത്തിരിപ്പുകാരുടെ നേർക്കെറിഞ്ഞുകൊണ്ട് അവർ വാതിൽ വലിച്ചടച്ചു.

"അമ്പടീ..... എന്തൊരു ദേഷ്യം!"

രമ്യശ്രീയുടെ അമ്മ വാസന്തി ആത്മഗതമെന്നോണം പറഞ്ഞത് അല്പം ഉച്ചത്തിലായിപ്പോയി. കേട്ടവരെല്ലാം അതു ശരിവച്ചതായി അവരുടെ മുഖഭാവങ്ങൾ വെളിപ്പെടുത്തി.

ചില സിസ്റ്റർമാരുടെ മുഖം കണ്ടാൽ കടന്നൽകുത്തിയതുപോലെയാണ്. ആർക്കും അവരോട് ഒന്നും ചോദിക്കാൻ ധൈര്യം വരില്ല. മറ്റുചിലരാകട്ടെ ഫ്ളോറൻസ് നൈറ്റിംഗേലിന്റെ പിന്മുറക്കാരാണെന്ന ഭാവത്തിൽ തിരക്കിട്ടോടി നടക്കും. സിസ്റ്റർ ഇന്ദിരയെ ആദ്യഗണത്തിൽപ്പെടുത്താം. സിസ്റ്റർ തങ്കമ്മയെ രണ്ടാമത്തെ ഗണത്തിലും.

അപൂർവ്വമായിമാത്രം വാതില്ക്കൽ പ്രത്യക്ഷപ്പെടുന്ന സിസ്റ്റർ നീനുവിനെക്കാണുമ്പോൾ എല്ലാവരുടെയും കണ്ണുകളിൽ പ്രതീക്ഷയുടെ തിളക്കം. പ്രിയപ്പെട്ടവരുടെ രോഗവിവരങ്ങൾ ധൈര്യപൂർവ്വം ചോദിക്കാം.

സാന്ത്വനമരുളുന്ന പുഞ്ചിരിയോടെ സിസ്റ്റർ നീനു എല്ലാവർക്കും മറുപടി നല്കും.

"മുരുകന്റെ ആളാരാ? എത്രനേരമായി വിളിക്കുന്നു." സിസ്റ്റർ ഇന്ദിര യുടെ ഒച്ചയ്ക്ക് പാരുഷ്യമേറി.

മഞ്ഞച്ചേല ചുറ്റിയ ഒരു വൃദ്ധ ആന്തിയാന്തി മുമ്പോട്ടുവന്നു.

അവരുടെ നേർക്ക് കുറിപ്പടി നീട്ടിക്കൊണ്ട് സിസ്റ്റർ ഇന്ദിര കല്പിച്ചു: "ഈ മരുന്ന് ഉടനെ വേണം."

കുറിപ്പടിയും കൈയിൽ പിടിച്ചുകൊണ്ട് വൃദ്ധ അടുത്തുകിടന്ന ബഞ്ചിന്റെ ഒഴിഞ്ഞ അറ്റത്തിരുന്നു.

മരണത്തോടു മല്ലടിക്കുന്നവരെ ജീവിതത്തിലേക്കു പിടിച്ചുനിർത്താൻ ഡോക്ടർമാർ തീവ്രശ്രമം നടത്തുമ്പോൾ ആവശ്യമായ ഏതു മരുന്നും ഏതുനേരത്തും എത്തിച്ചുകൊടുക്കാൻ ഉണർവ്വോടെ കാത്തു നില്ക്കുന്ന ബന്ധുക്കൾ. പക്ഷേ, മുരുകന്റെ കാര്യത്തിൽ മാത്രം എന്തേ യിങ്ങനെ? കാത്തിരിപ്പുകാർ കണ്ണുകൾകൊണ്ടു ചോദ്യമുയർത്തിയത ല്ലാതെ ആരും ഒന്നും മിണ്ടിയില്ല.

സ്വതസ്സിദ്ധമായ പുഞ്ചിരിയുമായി ഡോക്ടർ ശിവൻ വാതില്ക്കൽ പ്രത്യക്ഷപ്പെട്ടു. കാത്തിരിപ്പുകാർ ആകാംക്ഷയോടെ അദ്ദേഹത്തിന്റെ ചുറ്റും കൂടി. ഓരോരുത്തരുടെയും ചോദ്യങ്ങൾക്ക് സൗമ്യമായി മറുപടി പറയുന്ന ഡോക്ടർ ശിവൻ രോഗികളുടെ മാത്രമല്ല; കൂട്ടിരിപ്പുകാരു ടെയും ബന്ധുവായി മാറുന്നു.

"മുരുകന്റെ മരുന്നു വാങ്ങിയില്ലേ പാട്ടീ?" വൃദ്ധയോടായി അദ്ദേഹം ചോദിച്ചു. വൃദ്ധ മെല്ലെ എഴുന്നേറ്റ് അടുത്തുച്ചെന്നു.

"തോശ വാങ്ങാൻ കാശില്ല. പിന്നെപ്പിടി സാറേ മരുന്ത്?"

തമിഴും മലയാളവും കലർന്ന മറുചോദ്യം കേട്ട് ഡോക്ടർ ശിവൻ അല്പനേരം ഒന്നും മിണ്ടാതെ ആ വൃദ്ധയെത്തന്നെ നോക്കിനിന്നു. എന്നിട്ട് അവരുടെ തോളത്തുതട്ടിക്കൊണ്ടു പറഞ്ഞു:

"പാട്ടി കവലപ്പെടാതുങ്കോ, ഒരു സ്പോൺസറെ കിട്ടുമോന്നു ഞാനൊന്നു നോക്കട്ടെ."

ആ പറഞ്ഞതിന്റെ അർത്ഥം മനസ്സിലായില്ലെങ്കിലും മറുത്തൊന്നും പറയാനില്ലാതെ അവർ പൂർവ്വസ്ഥാനത്ത് ഇരിപ്പുറപ്പിച്ചു.

സഹതാപപ്രകടനവുമായി ചിലർ ചുറ്റും കൂടി.

"മുരുകനെന്താ അസുഖം?"

"അണലി കടിച്ചാച്ച്."

"കുട്ടിക്ക് അച്ഛനുമമ്മയുമില്ലേ?"

"തള്ളയ്ക്ക് വസൂരി. തന്ത മരത്തീന്നു വിളുന്ത് കാലൊടിഞ്ഞു കെടപ്പാര്. മുരുകൻതാൻ വേലയെടുപ്പാര്. ഞാനവനുക്ക് പാട്ടി."

പാട്ടി മുരുകന്റെ കഥ പറഞ്ഞു. പതിമൂന്നു വയസ്സുള്ള മുരുകൻ അടുത്തുള്ള റബ്ബർതോട്ടത്തിൽ വേലചെയ്തുകിട്ടുന്ന കൂലികൊണ്ടാണ് അഞ്ചുപേരടങ്ങുന്ന കുടുംബം ഉയിരോടെയിരിക്കുന്നത്. ഒരുദിവസം

വേലകഴിഞ്ഞു മടങ്ങുമ്പോൾ മുരുകനെ അണലി കടിച്ചു.

മുരുകനു മുണ്ടും തോർത്തും വേണം.

രക്തത്തിൽ കുതിർന്ന തുണികൾ നിറഞ്ഞ ബക്കറ്റ് പുറത്തേക്കു വച്ചുകൊണ്ട് സിസ്റ്റർ ഇന്ദിര കല്പിച്ചു. പാട്ടി അതേയിരിപ്പു തന്നെ. അടുത്തുനിന്നവരിലൊരാൾ ഒരു മുണ്ടും തോർത്തും സിസ്റ്റർ ഇന്ദിരയെ ഏല്പിച്ചു.

ഇനിയും വേണ്ടിവരും. വാങ്ങിവച്ചേക്കണം.

പാട്ടിക്ക് കേട്ടഭാവമില്ല. ചിലർ അഞ്ചും പത്തും വീതം അവരുടെ വിറയ്ക്കുന്ന കൈകളിൽ വച്ചുകൊടുത്തു. കുഴിഞ്ഞുതാണ കണ്ണുകളിൽ നേരിയ പ്രകാശം മിന്നിമറഞ്ഞു.

മുരുകനെ ഇന്റൻസീവ് കെയറിൽ കൊണ്ടുവന്നിട്ട് മൂന്നുദിവസമായി. പട്ടിണിയുടെ കേളീരൂപമായ അവന്റെ ശരീരത്തിൽ ഇത്തിരി ചുവപ്പു നീരോടിയിരുന്നു. അതാണ് രോമകൂപങ്ങളിലൂടെ പുറന്തള്ളപ്പെട്ടുകൊണ്ടിരിക്കുന്നത്. കീമോ, ഡയാലിസിസ് തുടങ്ങിയ ആധുനിക ചികിത്സാരീതികൾ പരീക്ഷിച്ചിട്ടും പ്രതീക്ഷയ്ക്ക് വകയില്ലാത്ത അവസ്ഥ. ഒരു കുടുംബത്തിന്റെ ആശാകേന്ദ്രമായ ആ കൊച്ചു ഗൃഹനാഥൻ രക്ഷപ്പെടുമോ? എല്ലാവരും വല്ലാത്ത ഉൽക്കണ്ഠയിലാണ്. ചിലർ പ്രാർത്ഥനയിലും.

ചന്ദ്രൻപിള്ളയുടെ മകനെ അടുത്തുവിളിച്ച് ഡോക്ടർ വിനോദ് ചില കടലാസുകൾ ഒപ്പിട്ടുവാങ്ങി. പിള്ളയുടെ ഭാര്യ ഉച്ചത്തിൽ നിലവിളിച്ചു കൊണ്ട് നെഞ്ചത്തടിച്ചു തളർന്നുവീണു.

“മൂന്നുദിവസത്തിനുള്ളിൽ ഇത് പന്ത്രണ്ടാമത്തെ സംഭവമാ.” രാമക്കുറുപ്പിന്റെ മരുമകൻ മോഹനക്കുറുപ്പു പറഞ്ഞു. “എന്റെ അമ്മാവന് ചെറിയൊരു വയറുവേദനയിൽ തുടങ്ങിയതാ. കൊല്ലത്തൊരു സ്വകാര്യാശുപത്രിയിൽ ഒരുമാസം, ഇവിടെ പേവാർഡിൽ പതിനഞ്ചുദിവസം. ഒരാഴ്ചയായി തീവ്രപരിചരണത്തിലും.”

“ആയുർവ്വേദവിധിപ്രകാരം ജീവിച്ചയാളാ. ഇതുവരെ അസുഖമെന്തെന്ന് അറിഞ്ഞിട്ടേയില്ല. വെറുമൊരു വയറുവേദനയ്ക്ക് എല്ലാരുംകൂടി ചികിത്സിച്ചുചികിത്സിച്ച് ഈ പരുവത്തിലാക്കി.” രാമക്കുറുപ്പിന്റെ മകന് വാക്കുകൾ തൊണ്ടയിൽ കുരുങ്ങി.

“ജീവനോടെയിങ്ങു വിട്ടുതന്നാ മതിയാരുന്നു, വീട്ടീക്കെടന്ന് എല്ലാരേം കണ്ടുമരിച്ചേനെ. എന്നെ ആശുപത്രീല് കൊണ്ടുപോവല്ലേന്നു കരഞ്ഞുപറഞ്ഞതാ അച്ഛൻ.” ആരും കേട്ടില്ല. രാമക്കുറുപ്പിന്റെ മകൾക്ക് കണ്ണീരടക്കാൻ കഴിഞ്ഞില്ല.

“ഭഗവാനേ ഈ പാപം ഞങ്ങളെവിടെ കൊണ്ടുവയ്ക്കും? അവസാന നേരത്ത് ആർക്കും ഇങ്ങനെയൊരു തീവ്രപരിചരണം വിധിക്കല്ലേയെന്റെ കൃഷ്ണാ...” അവൾ വിതുമ്പിക്കരഞ്ഞു.

“രക്ഷപ്പെടില്ലെങ്കിൽ പിന്നെന്തിനാ ഇങ്ങനെയൊരു തീവ്രപരിചരണം? ബന്ധുക്കാരെയൊക്കെ കണ്ട് അവരുടെ കൈകൊണ്ട് ഒരുതുള്ളി

വെള്ളോം കുടിച്ചു സമാധാനമായിട്ടു മരിക്കാൻ കഴിഞ്ഞാൽ അതുതന്നെ വലിയ ഭാഗ്യം.”

“അതല്ലാ.... മരിക്കാന്നേരത്തെന്തിനാ ഈ വിലകൂടിയ മരുന്നു പ്രയോഗം?”

“മരുന്നുകമ്പനിക്കാരെ വളർത്താൻ, അല്ലാതെന്തിനാ?”

“നമ്മളെപ്പോലുള്ളവരു വിറ്റും പെറുക്കിയും മുടിയും.”

“എന്തൊക്കെയായാലും നേരേചൊവ്വേ നോക്കിയില്ലാന്നാരും കുറ്റം പറയൂല്ലല്ലോ.”

കാത്തിരിപ്പുകാരുടെ വർത്തമാനങ്ങൾ നിർത്തില്ലാതെ തുടർന്നു കൊണ്ടിരുന്നു.

നടപടിക്രമങ്ങൾ പൂർത്തിയാക്കി ചന്ദ്രൻപിള്ളയുടെ ജഡം സ്ട്രെച്ചറിൽ കൊണ്ടുപോകുന്നതു കണ്ടുനില്ക്കേ മനസ്സ് ആശങ്കാകുലമായി; അടുത്തത് രാമക്കുറുപ്പോ, മുരുകനോ, സന്ധ്യയോ, രമ്യശ്രീയോ..... ആരായിരിക്കും?

സന്ധ്യയുടെ രോഗമെന്താണെന്ന് ബന്ധുക്കൾക്ക് ഒരു പിടിയുമില്ല. പനിയും വിറയലും എന്നുമാത്രമറിയാം. മുലകുടി മാറാത്ത കുഞ്ഞിനെയും മടിയിൽ വച്ചുകൊണ്ട് സന്ധ്യയുടെ അമ്മ കണ്ണീരോടെ പ്രാർത്ഥിക്കുന്നു: ‘ഭഗവാനേ.... എന്റെ മോൾക്കൊന്നും വരുത്തല്ലേ...’ സന്ധ്യയുടെ ഭർത്താവ് ആരോടും മിണ്ടാതെ അകലേക്കുനോക്കി ഒരേയിരിപ്പാണ്.

“എല്ലാരും മുണ്ടും തോർത്തും തരണം.

നൈറ്റ്ഡ്യൂട്ടിക്കെത്തിയ സിസ്റ്റർ തങ്കമ്മ സാന്നിദ്ധ്യമറിയിച്ചു.

രോഗികളെ ദിവസവും രണ്ടുനേരം വീതം തുടച്ചു വൃത്തിയാക്കി വസ്ത്രം മാറ്റുന്നതും ഭക്ഷണവും മരുന്നും കൊടുക്കുന്നതും സിസ്റ്റർമാരാണ്. ആവശ്യപ്പെടുന്നതെല്ലാം യഥാസമയം എത്തിച്ചുകൊടുത്താൽ മതി.

രോഗിയുടെ അടുത്ത ബന്ധുവായ ഒരാൾക്കു മാത്രം നിശ്ചിതനേരങ്ങളിൽ അഞ്ചുമിനിറ്റു നീളുന്ന സന്ദർശനമാകാം എന്നതാണ് തീവ്രപരിചരണത്തിന്റെ എഴുതപ്പെടാത്ത നിയമം. വൈദ്യശാസ്ത്രത്തിന്റെ പുരോഗതി വിളിച്ചോതുന്ന ആധുനികോപകരണങ്ങൾക്കു നടുവിൽ ഓക്സിജൻ മാസ്ക്കും ട്യൂബുകളും ഫിറ്റുചെയ്ത് ഹാർട്ട്മോണിറ്ററിന്റെ താളവും വെന്റിലേറ്ററിന്റെ ഈണവും കേട്ട് ശീതീകരണിയുടെ കുളിരിൽ മയങ്ങിയും ഉണർന്നും കിടക്കുന്ന രോഗികളെ കണ്ടാൽ ഏതോ അന്യഗ്രഹജീവികളെപ്പോലെ തോന്നും. പ്രിയപ്പെട്ടവർക്ക് താങ്ങാനാവാത്തതും പേടിപ്പെടുത്തുന്നതുമായ കാഴ്ചയാണത്. കണ്ണീരൊലിപ്പിച്ചും മൂക്കുപിഴിഞ്ഞും ഇറങ്ങിവരുന്ന ബന്ധുക്കളെ കാണുമ്പോൾ പുറത്തുനില്ക്കുന്നവരുടെ കണ്ണുകളും നിറഞ്ഞൊഴുകും.

രാത്രിയിലെ ആവശ്യത്തിനുള്ളതെല്ലാം സിസ്റ്റർമാരെ ഏല്പിച്ചു കഴിഞ്ഞാൽ കാത്തിരിപ്പുകാർ തറയിൽ പായ്വിരിച്ചു കിടക്കുകയായി.

ഉറക്കം തഴുകാത്ത മിഴികളടച്ച് ഡ്യൂട്ടിറൂമിൽനിന്നുള്ള വിളികൾക്കായി കാതോർത്തുകിടക്കുമ്പോൾ നെഞ്ചിൽനിന്നും പുറത്തുചാടുന്ന നിശ്വാസങ്ങൾ, ദുഃഖം ഉറഞ്ഞുകിടക്കുന്ന ഇടനാഴികളിൽ കൊതുകിന്റെ മൂളിപ്പാട്ടും മരണത്തിന്റെ കാലൊച്ചയും.. ഈ ചുറ്റുപാടിലും എല്ലാംമറന്ന് ഉറങ്ങാൻ കഴിയുന്നവർ ഭാഗ്യവാന്മാർ അസൂയപ്പെട്ടിട്ടു കാര്യമില്ലെന്ന് മനസ്സ് മന്ത്രിച്ചു.

രമ്യശ്രീക്ക് പനിയാണ്. എ പി എൽ വിഭാഗത്തിൽപ്പെട്ടവളായതിനാൽ സൗജന്യചികിത്സ നിഷേധിക്കപ്പെട്ടവൾ. അമ്മ വാസന്തി കമ്മലും കല്യാണമോതിരവും കെട്ടുതാലിയുംവരെ വിറ്റ് മകൾക്ക് മരുന്നുവാങ്ങി. ഇരുപത്തിയെട്ടു ദിവസത്തെ തീവ്രപരിചരണം ഏറ്റുവാങ്ങി അവളുടെ ജീവൻ എ പി എല്ലും ബി പി എല്ലും ഇല്ലാത്ത ലോകത്തേക്ക് പറന്നുപോയി.

മുരുകൻ ബി പി എൽ വിഭാഗത്തിൽപ്പെട്ടവനാകയാൽ സൗജന്യചികിത്സയ്ക്ക് അർഹനായി.

മരണപത്രത്തിൽ ഒപ്പിടുമ്പോൾ രാമക്കുറുപ്പിന്റെ മരുമകന്റെ കൈ വിറച്ചു. മക്കൾ വാവിട്ടുകരഞ്ഞു. ആശ്വാസവാക്കുകൾ അർത്ഥശൂന്യങ്ങളായി.

യമദേവന്റെ വാറണ്ടുള്ളവരും അല്ലാത്തവരുമായി ദിനംപ്രതി പുതിയരോഗികൾ എത്തിക്കൊണ്ടിരിക്കുന്നു. ആകയാൽ തീവ്രപരിചരണ വിഭാഗം എപ്പോഴും ഹൗസ്ഫുൾ ആണ്. വി ഐ പി കെയർ നല്കേണ്ടവരെ കിടത്താൻ കട്ടിൽ തികയാതെവരുമ്പോൾ ബി പി എൽകാരെ വാർഡിലേക്കു മാറ്റി പ്രശ്നം പരിഹരിക്കുന്നു.

കണ്ടിട്ടും കേട്ടിട്ടും ഇല്ലാത്ത പുതിയ രോഗങ്ങളാണു പലർക്കും. രോഗം എന്താണെന്നു കണ്ടെത്തുംമുമ്പ് ജീവൻ നഷ്ടപ്പെടുന്ന ഹതഭാഗ്യർ!

ക്രൂരമായ വിധിയുടെ മുമ്പിൽ പകച്ചുനില്ക്കുന്ന പ്രിയപ്പെട്ടവർ.

അച്ഛൻ അമ്മയുടെ ജഡം ഏറ്റുവാങ്ങുമ്പോൾ ഒന്നുമറിയാതെ ചിരിക്കുന്ന കുഞ്ഞ്.....

മുരുകന്റെ ചലനമറ്റ ശരീരത്തിനരികിൽ സൗജന്യ ആംബുലൻസിനായി കാത്തിരിക്കുന്ന പാട്ടി.....

വിശേഷങ്ങൾ അവസാനിക്കുന്നില്ല.....

സ്ത്രീകളുടെ ശ്രദ്ധയ്ക്ക്

"ഹായ്, സുഷൂ നീയിന്നു ഫ്രീയാണോ?"

"അതെയല്ലോ, എന്താടാ?"

"ഞാനിതായെത്തി, റെഡിയായിരുന്നോ, ഒരു സർപ്രൈസുണ്ട്."

"എന്തു സർപ്രൈസ്?"

"അതൊക്കെയുണ്ട്. കാണുമ്പോ അറിഞ്ഞാ മതി."

കള്ളക്കൃഷ്ണൻ വീഡിയോഫോണിലൂടെ കണ്ണിറുക്കിക്കാട്ടി. അവളുടെ കണ്ണുകളിൽനിന്ന് ഉറക്കത്തിന്റെ ശിഷ്ടാലസ്യം പറന്നുപോയി. ഒരു പ്രണയശലഭത്തെപ്പോലെ അവൾ ഉന്മേഷവതിയായി.

അവൻ വിളിക്കുമ്പോൾ പാതിമയക്കത്തിലായിരുന്നു. രാത്രിയിലെ ഉറക്കം മതിയായിരുന്നില്ല. കുട്ടികൾ പൊയ്ക്കഴിഞ്ഞപ്പോൾ വാതിലും പൂട്ടി വന്നുകിടന്നതാണ്.

രാത്രിയിൽ കിണറ്റിൻകരയിൽ വഴിതെറ്റിവന്ന പച്ചത്തവള പ്രോം.... പ്രോം.... എന്നു കരഞ്ഞു ബഹളമുണ്ടാക്കി. ചില്ലുവിന് അതിനെ കിട്ടിയേ തീരൂന്നായി. പാതിരാവോളം പുറകേ ഓടിയിട്ടും പിടിക്കാൻ പറ്റിയില്ല. ഒടുവിൽ പടിഞ്ഞാറേപ്പറമ്പിലെ വേലായുധൻ വന്ന് അതിനെ ചാക്കിട്ടു പിടിച്ച് പ്ലാസ്റ്റിക് കവറിലാക്കി അവൾക്കു കൊടുത്തു. അവളിന്ന് അതിനെ കീറിമുറിച്ച് അതിന്റെ ശരീരശാസ്ത്രവും ജീവശാസ്ത്രവുമൊക്കെ പഠിക്കും. അങ്ങനെ ഓരോന്നു പഠിച്ചുപഠിച്ച് മനുഷ്യശരീരം കീറിത്തുന്നുന്ന മിടുക്കിയായ സർജനാവും. കെല്ലിക്കാണെങ്കിൽ ഒരു ശാസ്ത്രജ്ഞനാവണം എന്നാണു മോഹം. മോഹങ്ങളൊക്കെയും കൈപ്പിടിയിലൊതുക്കാൻ വേണ്ടിയാണ് അവരുടെ അച്ഛൻ മണൽക്കാറ്റുവീശുന്ന മരുഭൂമിയിലെ എണ്ണക്കമ്പനിയിൽ ജോലിതേടിപ്പോയതും സുഷമാദേവിയെന്ന കോളേജ്ബ്യൂട്ടിക്ക് ദാമ്പത്യകാലം പന്ത്രണ്ടിലൊന്നായി ചുരു

ക്കേണ്ടിവന്നതും.

സുനിൽശങ്കർ വിശ്വസ്തനായ സുഹൃത്താണ്, പൗരുഷമുള്ളവനും. വലിയ ഉത്സാഹത്തിലാണവൻ. ഇന്നേക്ക് അഞ്ചാംദിവസം അവന്റെ പിറന്നാളാണ്. ലോകമായ ലോകമെല്ലാം ആഘോഷലഹരിയിൽ ആറാടുന്ന സുദിനം. ക്രിസ്തുദേവൻ തിരുപ്പിറവിയെടുത്ത പുണ്യദിനം. സുനിൽശങ്കർ എന്ന കലാകാരനെ വിശ്വപ്രശസ്തനാക്കിയത് അതിവിശിഷ്ടമായ ജന്മമുഹൂർത്തം തന്നെയാണെന്നാണ് അവൻ അവകാശപ്പെടുന്നത്. ദേശാന്തരങ്ങളിൽനിന്നുപോലും ആശംസകളും പ്രേമചുംബനങ്ങളും പറന്നെത്തും. അതിന്റെ ഗർവ്വം അവന് വേണ്ടതിലധികം ഉണ്ടുതാനും. കൗമാരക്കാരികൾ മുതൽ കിഴവികൾ വരെ അവന്റെ ആരാധകവൃന്ദത്തിൽ പെടും. ലോറയ്ക്കും കോമയ്ക്കും കത്രീനയ്ക്കും ഷറീനയ്ക്കുമൊക്കെ അവനെ തൊടാഞ്ഞിട്ട് അടക്കംവരുന്നില്ലത്രെ! ഷാരുഖാനും കമൽഹാസനും പൃഥിരാജുമൊക്കെ അവന്റെ വെട്ടത്തു വരില്ലെന്നാണ് ഉത്തരേന്ത്യക്കാരികളും ദക്ഷിണേന്ത്യക്കാരികളും ഒരേപോലെ അത്ഭുതംകൂറുന്നത്. അവന്റെ നടനചാതുരി നേരിട്ടാസ്വദിക്കാൻ ഫ്രാൻസിൽനിന്ന് ഒരു കൂട്ടം യുവതികൾ വരുമെന്നു കേൾക്കുന്നു. ആസ്ട്രേലിയയിൽനിന്ന് ഒരു കൂട്ടർ വന്നുമടങ്ങിയതേയുള്ളൂ. ഗൾഫിലെ ആരാധികമാരെ വർഷത്തിലൊരിക്കലെങ്കിലും പോയിക്കാണാതെ അവനും ഉറക്കംവരില്ല. ജർമ്മനിയിലും റഷ്യയിലും ചൈനയിലുമൊക്കെ അടുത്തകാലത്തു പോയി വന്നതേയുള്ളൂ. റഷ്യൻ കോൺസുലേറ്റിലെ സുന്ദരിമാർ അവിടെ ഒരു നാട്യകലാകേന്ദ്രത്തിന്റെ ഡയറക്ടർസ്ഥാനം ഉള്ളംകൈയിൽ വച്ചുകൊടുത്തതാണത്രെ. എല്ലാം വേണ്ടെന്നുവച്ച് മടങ്ങിപ്പോന്നത് ഈ തൃശൂർക്കാരി സുഷമയ്ക്കുവേണ്ടിയാണുപോലും.

എന്താണാവോ ഇവൾക്കുവേണ്ടി അവൻ കരുതിവച്ചിരിക്കുന്ന സർപ്രൈസ്? എത്രവേഗത്തിൽ സ്വിഫ്റ്റ് പറത്തിവിട്ടാലും കുറഞ്ഞത് ഒരുമണിക്കൂറെടുക്കും ഇവിടെയെത്താൻ. അതിനകം മുടിയിലെ മെഴുക്കെല്ലാം ഷാമ്പൂതേച്ചുകഴുകി ചിക്കിപ്പറത്തണം, അവന്റെ “വൺമാൻ ഷോ”യെ വെല്ലുന്ന ചന്ദനച്ചാറുപുരട്ടി മെയ് മണപ്പിക്കണം, കണ്ണുകൾ ഐലൈനറിട്ടു രൂപഭംഗി കൂട്ടണം, ചുണ്ടിൽ ലിപ്സ്റ്റിക്കിട്ടു നിറം കൂട്ടണം, കവിളത്തെ തക്കാളിച്ചുവപ്പിനുമീതെ റോസ്പൗഡറിട്ടു മിനുക്കം കൂട്ടണം. പിന്നെ, രക്തത്തുടിപ്പാർന്ന വെളുത്തമേനിക്കു ചേരുന്ന സ്വർണ്ണമഞ്ഞ സാരിയും ബ്ലൗസും അണിയണം. സുഷമയ്ക്ക് ഉത്സാഹത്തിന്റെ മണിക്കൂറുകളാണിനി. ഒരുക്കങ്ങളെല്ലാം വേഗം പൂർത്തിയാക്കി അവൾ വഴിക്കണ്ണുമായിനിന്നു. എത്താറാവുമ്പോൾ അവൻ മിസ്കോളടിക്കും. ഓടിച്ചെന്ന് ഗേറ്റു തുറന്നുകൊടുക്കണം. വണ്ടി മുറ്റത്തു പാർക്കുചെയ്തിട്ട്, താക്കോൽക്കൂട്ടം വിരൽത്തുമ്പിൽ ചുഴറ്റി, കള്ളച്ചിരിയുമായി അവൻ ഇറങ്ങിവരും. അതൊക്കെ ഓർത്തപ്പോൾ സുഷമയുടെ ചുണ്ടിലും ഒരു കള്ളച്ചിരി വിരിഞ്ഞു.

പ്രതീക്ഷിച്ചതിലും നേരത്തെ അവനെത്തി. വണ്ടി കത്തിച്ചുവിട്ടി

രിക്കും. സർപ്രൈസ് എന്താണെന്നറിയാനുള്ള ആകാംക്ഷയോടെ അവൾ ഓടി അരികിലെത്തി. കൈയിൽ പതിവുപോലെ ഒരു റോത്ത്മേൻസ ല്ലാതെ മറ്റൊന്നുമില്ല.

വന്നപാടെ കഴുത്തിൽ കൈചുറ്റി കണ്ണുകളിലേക്കു ഉറ്റുനോക്കി ക്കൊണ്ട് അവൻ പറഞ്ഞു: "എന്റെ സുഷൂ നിന്റെയീ കണ്ണുകൾ!"

"ആദ്യം സർപ്രൈസ് എന്താണെന്നു പറ. പിന്നെ മതി പുന്നാരം." അവൾ അവന്റെ കൈ പിടിച്ചുമാറ്റി, നേരിയ പരിഭവംകാട്ടി അകന്നുനിന്നു.

"എന്താണെന്നു നീ കണ്ടുപിടിക്കെടീ."

ചോരച്ചുവപ്പുള്ള ചുണ്ടുകൾ മേല്പോട്ടുവലിച്ച്, പല്ലും മോണയും പുറത്താക്കി കൊഞ്ഞാളനെപ്പോലെ അവൻ ഇളിച്ചുകാട്ടി.

"ഹായ്.... കണ്ടുപിടിച്ചു!" അവൾ ഉറക്കെ ചിരിച്ചുകൊണ്ട് അവന്റെ കാതിലേക്കു ചൂണ്ടി.

ഒരു കാതിൽ വെട്ടിത്തിളങ്ങുന്ന വൈരക്കമ്മൽ! ചുറ്റും വെളുത്ത മുത്തുകെട്ടി, നടുവിൽ ചുവന്ന വൈരക്കല്ലു പതിച്ച വിലപിടിപ്പുള്ള കമ്മൽ. അവൾ അതിന്റെ ഭംഗി ആസ്വദിച്ചുനില്ക്കെ അവൻ ചോദിച്ചു:

"എങ്ങനെയുണ്ട്? നല്ല ചേർച്ച, അല്ലേടീ?"

"ഉവ്വ് ഉവ്വ്. കുണുക്കായിരുന്നേൽ കുറേക്കൂടി ചേർച്ചയായേനെ."

"ആഹാ... എന്നാപ്പിന്നെ മറ്റേക്കാതിൽ ഒരു കുണുക്കിടാം."

"ശങ്കർ കാര്യമായിട്ടു പറയുവാണോ?"

"അതേടീ."

"കമ്മലിട്ടപ്പോ നിന്നെ കാണാൻ നല്ല രസമുണ്ട്, കുറച്ചുകൂടി സുന്ദ രനായി. പക്ഷേ...."

"എന്തു പക്ഷേ?"

"നീയൊരു വലിയ കലാകാരനല്ലേ, ലോകം മുഴുവൻ നിന്നെ ശ്രദ്ധിക്കുന്നു. കുറച്ചുകൂടി സീരിയസായിക്കൂടേ നിനക്ക്?"

"എന്തിന്? ഞാൻ ഞാനായിരിക്കുന്നതല്ലേ ശരി?" പെട്ടെന്ന് അവൻ ഗൗരവക്കാരനായതുപോലെ.

"ഇങ്ങനെ വേഷംകെട്ടിനടക്കാൻ നിന്റെ ഭാര്യ സമ്മതിക്കുമോ? വീട്ടിൽ സ്വസ്ഥത വേണ്ടേ നിനക്ക്?"

ആ ചോദ്യം അവന്റെ ഉത്സാഹം കെടുത്തിയോ എന്നു വേവലാതി പ്പെട്ടുകൊണ്ട് അവൾ തിടുക്കത്തിൽ ചോദിച്ചു:

"അതുപോട്ടെ. എവിടുന്നു കിട്ടി ഈ സാധനം? എത്ര കൊടുത്തു?"

"ഉം.... കൊടുക്കും കൊടുക്കും! എടീ മണ്ടീ, ഇന്നലെ ഞാനൊരു സ്വർണ്ണക്കട ഉദ്ഘാടനം ചെയ്യാൻ പോയി."

"അവർക്കെന്താ സിനിമാനടികളെയൊന്നും കിട്ടിയില്ലേ?"

"ഞാനും ചോദിച്ചതാ മുതലാളിയോട്. അയാളെന്താ പറഞ്ഞതെന്നു കേൾക്കണോ? നടിമാരു വന്നാൽ അവരെക്കാണാൻ കുറേ ജനം കൂടും. പക്ഷേ, അവർക്കെത്ര പവൻ സമ്മാനം കൊടുക്കണം, സാറാവുമ്പം അതൊന്നും വേണ്ടല്ലോന്ന്. അതുശരി, ചുളുവിൽ കാര്യം സാധിക്കാ

മെന്നാ വിചാരം? എനിക്കും വേണം സ്വർണ്ണം എന്നായി ഞാൻ. സാറി നെന്താ വേണ്ടത്? ഒരു മോതിരം തരട്ടെ? എന്നവർ. എനിക്കെന്തിനാ മോതിരം? കാതിലൊരു കുണുക്കിട്ടുതാ എന്നു ഞാനും. കുണുക്കുമാത്രം മതിയോ സാറേ? ഒരു വൈരക്കമ്മലുംകൂടി ഇരിക്കട്ടെ എന്നവർ. എന്നാൽ രണ്ടുമിട്ടുതാ എന്നു ഞാൻ. എന്റെ സുഷൂ പിന്നൊന്നും പറയണ്ട! ഒറ്റ ക്കാതിൽ കുണുക്കിട്ടു പിന്നെ അതഴിച്ചിട്ട് കമ്മലിട്ടും ഒരുകാതിൽ കമ്മലും മറുകാതിൽ കുണുക്കുമിട്ടും പല പോസുകളിൽ കുറേ പടവും പിടിച്ചിട്ടേ അവരെന്നെ വിട്ടയച്ചുള്ളൂ."

"അതു ശരി. ഭാര്യ കണ്ടില്ലേ കുണുക്കും കമ്മലും?"

"അയ്യോ! രാത്രിയിലെ പുകിലൊന്നും പറയണ്ട. രണ്ടും അഴിച്ചുമാറ്റിയേപ്പിന്നാ അവളടങ്ങിയത്. ഇതിപ്പോ വണ്ടിക്കകത്തിരുന്നിട്ടതാ, നിന്നെ ക്കാണിക്കാൻ."

പോക്കറ്റിൽനിന്നൊരു കുണുക്കെടുത്ത് മറ്റേക്കാതിലുമിട്ട് അവൻ അവളുടെ മുന്നിൽനിന്ന് തുള്ളിക്കളിച്ചു.

"എന്റെ മുന്നിൽ നിനക്കേതുവേഷവും കെട്ടിയാടാം. അത്ര യ്ക്കിഷ്ടമാണെനിക്കു നിന്നെ. പക്ഷേ, പുറത്തിറങ്ങുമ്പോൾ ഇതൊന്നും വേണ്ടാട്ടോ." ചിരിയടക്കിക്കൊണ്ട് അവൾ പറഞ്ഞു.

"എന്നാൽ ഇതൊക്കെ നീതന്നെ വച്ചോ. കൊതിതോന്നുമ്പം ഞാനി ങ്ങോട്ടു പോരാം. അണിഞ്ഞൊരുങ്ങി നിന്റെ മുന്നിൽനിന്ന് തുള്ളാം. പോരേ?"

വാത്സല്യാതിരേകത്താൽ അവൾ അവനെ മാറോടു ചേർത്തുപി ടിച്ചു. അവളുടെ ചുരന്ന മാറിൽ ചുണ്ടമർത്തി അവനൊരു കുഞ്ഞുവാവ യായി.

പതിവുവിനോദം കഴിഞ്ഞ് തിരിച്ചുപോകാൻനേരത്ത് അവൻ കമ്മലും കുണുക്കും ഊരി അവളെ ഏല്പിച്ചു. അവൾ അത് അലമാര യിലെ രഹസ്യഅറയിൽ വച്ചുപൂട്ടി.

കുട്ടികൾ ട്യൂഷനുംകഴിഞ്ഞേ തിരിച്ചെത്തുകയുള്ളൂ. ഇനിയും മണി ക്കൂറുകൾ ബാക്കി. മധുരാലസ്യം നുണഞ്ഞുകൊണ്ട് അവൾ സോഫ യിൽ ചാരിക്കിടന്ന് പത്രത്തിന്റെ താളുകൾ വെറുതേ മറിച്ചുനോക്കി. ഒരു പേജു നിറയെ പുരുഷന്മാരുടെ അർദ്ധനഗ്നചിത്രങ്ങൾ! അവയ്ക്കു നടു വിലായി അവന്റെ മുഴുവർണ്ണചിത്രം. ഒരു കാതിൽ ചുവന്നകല്ലുള്ള വെളുത്തമുത്ത്. മറുകാതിൽ സ്വർണ്ണക്കുണുക്ക്.

അടിക്കുറിപ്പായി ആകർഷകങ്ങളായ പരസ്യവാചകങ്ങൾ...
സ്ത്രീകളുടെ ശ്രദ്ധയ്ക്ക്
നിങ്ങൾ വെറൈറ്റി ഇഷ്ടപ്പെടുന്നുവോ?
എങ്കിൽ വരൂ ഞങ്ങളുടെ ഷോറൂമിലേക്ക്...
നിങ്ങൾക്കിഷ്ടമുള്ളതു തെരഞ്ഞെടുക്കാം...
ഡിസ്കൗണ്ട് ഏതാനും ദിവസത്തേക്കുമാത്രം...

ക്ലൈമാക്സ് സൂപ്പർ

അരികിലെവിടെയോ ഒരു ഞരക്കം.

ശരീരം വിട്ടുപോകാൻ മടിക്കുന്ന ജീവന്റെ പിടച്ചിൽ.

ആരായിരിക്കുമത്?

മാർട്ടിനോ, മുത്തുവോ, ഷമീറോ?

സാന്ദ്രയ്ക്ക് ഒന്നും മനസ്സിലായില്ല. ചൂഴ്ന്നുനില്ക്കുന്ന ഇരുട്ടിലേക്ക് തുളച്ചുകയറാൻ തന്റെ മനുഷ്യനേത്രങ്ങൾക്കാവുന്നില്ല. ഈ നിമിഷം താനൊരു കടവാവലായെങ്കിൽ! ഇരുട്ടിൽ തെളിയുന്ന കണ്ണുകൾകൊണ്ട് കൂടെയുണ്ടായിരുന്നവരെ തിരയാമായിരുന്നു.

പ്രാണവായുവിനായി പിടയുന്നവന്റെ ഞരക്കം ഏതാണ്ട് തീരാറായി. ഇത്തിരി വെള്ളമെടുത്ത് അവന്റെ നാവു നനയ്ക്കാൻ സാന്ദ്ര തന്റെ കൈകളെ തിരഞ്ഞു. തകർന്ന സീറ്റിനടിയിൽ കുടുങ്ങിക്കിടക്കുന്ന കൈകളെ ഊരിയെടുക്കാനാവുന്നില്ല. ചതഞ്ഞ മാംസപേശികളിൽ നീറിപ്പിടിക്കുന്ന നോവ്. ചോരയുടെ ചൂടുമണം. തലയ്ക്കുമേലേ ചാക്കാലപ്പക്ഷിയുടെ കുറുകിക്കരച്ചിൽ. ഈ രാത്രിയിൽ ആരെയോർത്താണതു വിലപിക്കുന്നത്?

ഉറക്കത്തിലേക്കു വഴുതിപ്പോയ നിമിഷനേരത്തിൽ സംഭവിച്ചതെന്ത്?

അവ്യക്തതയുടെ വിഭ്രാന്തിയിൽ നെഞ്ചിടിപ്പിന്റെ താളം പിഴയ്ക്കവേ കാർ വീണ്ടും ഉലഞ്ഞു; തലകീഴായി മറിഞ്ഞ് ഏതോ പാതാളപ്പടിയിൽ ഇടിച്ചുനിന്നു.

സാന്ദ്രയുടെ തലയ്ക്കുള്ളിൽ മിന്നാമിന്നികൾ ചിന്നിപ്പറന്നു. ആ മിന്നുവെട്ടത്തിൽ അവൾ കണ്ടു; തന്റെ മടിത്തട്ടിൽ ഒഴുകിനിറയുന്ന ചോരച്ചുവപ്പിൽ മാർട്ടിൻ തലവച്ചു കിടക്കുന്നു!

സാന്ദ്ര, സാന്ദ്ര എന്നു മന്ത്രിക്കുന്ന നെഞ്ചിൽ മുഖം ചേർത്ത് അവൾ

അവനെ പ്രണയപൂർവ്വം വിളിച്ചു:

"മാർട്ടിൻ.... എഴുന്നേല്ക്കൂ മാർട്ടിൻ."

അവൻ മിണ്ടിയില്ല.

അവൾ വീണ്ടും വിളിച്ചു: "മാർട്ടിൻ നീ ഉറങ്ങുകയാണോ? ഇനിയും നമുക്കെത്ര ദൂരം പോകാനുണ്ടെന്നറിയാമോ?"

അവൻ ഉണരുന്നില്ല എന്നുകണ്ട് അവൾ വീണ്ടും വീണ്ടും വിളിച്ചു; ഉറക്കെയുറക്കെ വിളിച്ചു.

"സാന്ദ്രാ..... ഓഹ് മൈ ഡിയർ സാന്ദ്രാ..... ഞാനെന്റെ ലക്ഷ്യത്തിൽ എത്തിച്ചേർന്നിരിക്കുന്നു സാന്ദ്രാ."

അവന്റെ മുൻവാക്കുകൾ പ്രവചനംപോലെ കാതിൽ മുഴങ്ങവേ സാന്ദ്രയുടെ കണ്ണിലെ ഇരുട്ടിനു കട്ടികൂടി; രാത്രിയുടെ നീലവെളിച്ചത്തെ പ്പോലും വിഴുങ്ങുന്ന കുറ്റാക്കുറ്റിരുട്ട്.

അവൾ സഹായത്തിനായി നിലവിളിച്ചു.

ഇരുൾപാളികളെ കീറിമുറിച്ചുകൊണ്ട് മാനത്തുനിന്നൊരു വെള്ളി വെളിച്ചം അവളുടെ മുന്നിലേക്കിറങ്ങിവന്നു. പിന്നാലെ സ്വർഗ്ഗസംഗീതം പൊഴിച്ചുകൊണ്ട് ഒരു ഗായകസംഘവും.

അവർ ആദരവോടെ അവളുടെ മുന്നിൽ മുട്ടുകുത്തി കാഹളനാദ ത്തോടെ പാടി:

"മാർട്ടിൻ..... മാർട്ടിൻ...... ഡ്രമ്മർ മാർട്ടിൻ....."

അവൻ കണ്ണു തുറന്നു.

ഗായകസംഘത്തിന്റെ തലവനായ യൂബാൽ പിതാവ് അതിവിശി ഷ്ടമായൊരു മ്യൂസിക്കൽ ഡ്രം അവനു സമ്മാനിച്ചു.

അവന്റെ കൈകൾ സംഗീതതാളത്തിൽ ചലിച്ചു.

അവനുതിർത്ത വാദ്യധാരയിൽ സംപ്രീതരായ സംഗീതപ്രമാ ണിമാർ വർദ്ധിച്ച ആദരവോടെ അവനോടു പറഞ്ഞു:

"നിന്റെ വാദ്യചാതുരിയെപ്പറ്റി കേട്ടറിഞ്ഞതുമുതൽ ഞങ്ങൾ നിന്നെ പിന്തുടരുകായിരുന്നു. നിന്നെക്കൂടാതെ ഞങ്ങളുടെ ഗായകസംഘം ഏറ്റവും മികച്ചത് ആവുകയില്ല എന്നു ഞങ്ങൾ അറിയുന്നു. ആകയാൽ നിന്റെ മ്യൂസിക്കൽ ഡ്രം എടുത്തുകൊണ്ട് നീ ഞങ്ങളുടെ കൂടെപ്പോ രുക."

"സാന്ദ്രയെ തനിച്ചാക്കിയിട്ട് ഞാൻ നിങ്ങളുടെ കൂടെപ്പോരുന്നതു ശരിയോ?" അവൻ ചോദിച്ചു.

"ഭാര്യയെക്കാളധികമായി നീ സംഗീതത്തെ സ്നേഹിക്കുന്നില്ലയോ മാർട്ടിൻ?"

"എന്റെ ഹൃദയതാളവും ഈ മ്യൂസിക്കൽ ഡ്രമ്മിന്റെ റിഥവും രണ്ടല്ലെന്നറിയുന്നവൾ സാന്ദ്ര. സ്വന്തബന്ധങ്ങളെയെല്ലാം വിട്ടെറിഞ്ഞ് എന്റെ സംഗീതയാത്രയിൽ കൂട്ടായി വന്നവൾ സാന്ദ്ര. അവളെ ഉപേ ക്ഷിച്ചിട്ട് ഞാനെങ്ങനെ നിങ്ങളുടെ കൂടെപ്പോരും?"

"ഭൗതികമായ യാതൊന്നും നിനക്ക് സംഗീതത്തേക്കാൾ വലുതല്ല

എന്നു ഞങ്ങൾ അറിയുന്നു. ആകയാൽ മടിച്ചുനില്ക്കാതെ വരൂ മാർട്ടിൻ. സ്വർഗ്ഗസദസ്സ് നിന്റെ വാദ്യവിരുന്നിനായി കാത്തിരിക്കുന്നത് നീ കാണു ന്നില്ലേ?"

അവൻ സ്വർഗ്ഗത്തിലേക്ക് മിഴികളുയർത്തിനോക്കി. അമരസംഗീതം പൊഴിക്കുന്ന ദാവീദും പ്രണയഗീത ചക്രവർത്തിയായ ശലോമോനും അനേകമനേകം സംഗീതവിദ്വാന്മാരുമടങ്ങിയ സ്വർഗ്ഗസദസ്സ് അവന്റെ കണ്ണിൽ തെളിഞ്ഞു. മാലാഖമാരുടെ സ്തുതിഗീതങ്ങൾ അവന്റെ കാതു കളെ പുളകമണിയിച്ചു. മ്യൂസിക്കൽ ഡ്രം നെഞ്ചോടു ചേർത്തുകൊണ്ട് അവൻ ഗായകസംഘത്തെ അനുഗമിച്ചു.

ഇത്ര ഭീകരമായൊരു സ്വപ്നം മുമ്പൊരിക്കലും സാന്ദ്ര കണ്ടിട്ടില്ല. എന്തെല്ലാം ദൃശ്യങ്ങൾ! എന്തൊക്കെ ശബ്ദങ്ങൾ! ഒരു ലൈവ് ഷോ കാണുന്നതുപോലുണ്ട്.

കാറിന്റെ കണ്ണാടിച്ചില്ലുകൾ തകർന്നുവീഴുന്ന ശബ്ദം!

കൂർത്ത ചില്ലുകൾ ശരീരത്തിനുമേൽ ചിതറിവീഴുന്ന ദൃശ്യം!

ശബ്ദവും ദൃശ്യവും തമ്മിലുള്ള കൃത്യതയിൽ ശ്രദ്ധ കേന്ദ്രീകരി ച്ചിരിക്കവെ ആരോ അവളെ വലിച്ചു പുറത്തേക്കെടുത്തു.

മാർട്ടിനെവിടെ? അവൾ അവരോടു ചോദിച്ചു.

അവളുടെ ചോദ്യത്തിന് ആരും മറുപടി പറഞ്ഞില്ല.

ആരോ ചിലർ അവളെ താങ്ങിയെടുത്ത് ആംബുലൻസിൽ കിടത്തി. അവൾ ആകാംക്ഷയോടെ ചുറ്റും നോക്കി.

മാർട്ടിൻ ഉണർന്നിട്ടില്ല. അവന്റെ കറുത്തമുടിയിൽ ഒട്ടിപ്പിടിച്ച മൈലാഞ്ചിച്ചുവപ്പ്! മുഖത്തും ടീഷർട്ടിലുമൊക്കെ തൂവിപ്പടർന്ന ചെഞ്ചായം....

മുത്തുവിന്റെ മാംസമറ്റ കൈ മടിയിൽവച്ചുകൊണ്ട് ഷമീർ കണ്ണീർ പൊഴിക്കുന്നു.

"ഷമീർ നീയെന്തിനാടാ കരയുന്നത്?" അവൾ ചോദിച്ചു.

"ഈ മാർട്ടിൻ എന്നോടു മിണ്ടുന്നില്ല സാന്ദ്രാ........."

ഷമീർ പൊട്ടിക്കരഞ്ഞു.

അമ്പരപ്പോടെ അവൾ ചാടിയെണീറ്റ് മാർട്ടിന്റെ മൂക്കിൽ മുഖ മണച്ചു. തല്ക്ഷണം ഒരലർച്ചയോടെ അവൾ നിലംപതിച്ചു.

ഒരു സൂപ്പർഹിറ്റ് സിനിമയ്ക്കു ചേർന്ന അനുഭവദൃശ്യങ്ങൾ! ഇത്ര സെൻസിറ്റീവായ ദൃശ്യങ്ങൾ തന്റെ കണ്ണുകളിലേക്കു കടന്നുവരുന്ന തെന്ത്? സാന്ദ്ര ആശ്ചര്യപ്പെട്ടു.

ഓരോ ദൃശ്യവും അതേപടി പകർത്തിവയ്ക്കണം.

ഓരോ ശബ്ദവും അതേപടി പിടിച്ചുവയ്ക്കണം..

പടം ഹിറ്റാവാൻ ഇത്രയൊക്കെ മതി.

"ഷമീറേ, ക്യാമറയും ലാപ്ടോപ്പുമെവിടെ?"

"അതെല്ലാം കാറിലാണല്ലോ സാന്ദ്രാ."

അവൾ കാറു കിടക്കുന്ന സ്ഥലത്തെ ലക്ഷ്യമാക്കി ഓടി. ഓടിയോടി

കാലുകൾ കുഴഞ്ഞ് സ്ട്രെച്ചറിലേക്കു വീണു.

സാന്ദ്ര ഇപ്പോൾ അത്യാഹിതവിഭാഗത്തിൽ നിരീക്ഷണത്തിലാണ്. പക്ഷേ, അവൾക്ക് അവിടെ അങ്ങനെ കിടക്കാനാവുന്നില്ല. ആരും കാണാതെ ഊർന്നിറങ്ങി, കട്ടിലിനടിയിലൂടെ ഇഴഞ്ഞിഴഞ്ഞ് അവൾ വല്ല വിധേനയും പുറത്തേക്കു കടന്നു. എത്രയും വേഗം മാർട്ടിന്റെ അരികിലെത്തണം. അവൾ ആവുന്നത്ര വേഗത്തിലോടി.

കട്ടിയുള്ള കണ്ണാടിച്ചുവരുകൾ അവളെ തടഞ്ഞുനിർത്തി. അതിന്റെ നേർത്ത സുതാര്യതയിലൂടെ അവൾ അകത്തേക്കു നോക്കി. അവിടെ എല്ലാവരും ഉറക്കത്തിലാണ്. ചുറ്റിലും ചൂഴ്ന്നുനില്ക്കുന്ന നിശ്ശബ്ദത.

മൂക്കിലേക്ക് അരിച്ചുകയറിയ ഫോർമാലിൻ അവളെ ചിലതെല്ലാം ഓർമ്മിപ്പിച്ചു. മരവിപ്പിക്കുന്ന തണുപ്പിൽ മാർട്ടിൻ ഒറ്റയ്ക്കാണ്. അവന് ഫോർമാലിൻ അലർജിയാണ്.

അവൾ വാതിൽപ്പഴുതിൽ ഒരു കറൻസിനോട്ട് തിരുകിവച്ചു.

കണ്ണാടിവാതിൽ അവൾക്കുമുന്നിൽ തുറക്കപ്പെട്ടു.

ഞെക്കുവിളക്കിന്റെ ഇത്തിരിവെട്ടത്തിൽ അവൾ മാർട്ടിനെ തിരഞ്ഞു നടന്നു.

അതാ മാർട്ടിൻ! അവൻ മേശപ്പുറത്ത് മൂടിപ്പുതച്ചുറങ്ങുന്നു.

“മാർട്ടിൻ ഇതെന്തൊരുറക്കമായിത്? എണീക്കെടാ നമുക്ക് ഷൂട്ടിങ് പൂർത്തിയാക്കണ്ടേ?”

ഷൂട്ടിങ് എന്നു കേട്ടിട്ടും അവൻ ഉണർന്നില്ല!

അവൾക്കു ദേഷ്യം വന്നു.

അവൾ അവനെ പൊക്കിയെടുത്ത് പുറത്തേക്കോടി.

സംവിധായകൻ പറഞ്ഞു: ക്ലൈമാക്സ് സൂപ്പർ!

കായലോളങ്ങൾ കഥാകാരിയോടു പറഞ്ഞതെന്ത്?

പൂർണ്ണചന്ദ്രൻ നോക്കിനില്ക്കെ കഥാകാരി കായലോളങ്ങളിലേക്ക് നടന്നിറങ്ങി. ചന്ദ്രന്റെ തുറിച്ചകണ്ണിൽ ഒരു ചോദ്യചിഹ്നം കരുവാളിച്ചു കിടന്നു: കായലോളങ്ങൾ കഥാകാരിയോട് പറഞ്ഞതെന്ത്?

ഈ കഥാകാരി ഒരു വിചിത്രജീവിയാണെന്ന കാര്യം അറിയുന്നത് നിലാവും കായലോളങ്ങളും തന്നെ. മൂന്നാമതൊരാൾ അവളുടെ നിഴലായ ഞാനും. ഞങ്ങൾ പരിചയപ്പെട്ട ദിവസം അവൾ എന്നോടു ചോദിച്ചു: "കൂട്ടുകാരാ നീയെനിക്കൊരു നിലാവിതൾ ഇറുത്തുതരുമോ?"

അവൾ തന്നെ മറുപടിയും പറഞ്ഞു: "വേണ്ട, നിലാവിനു നോവും."

ഒരിക്കൽ അവളെന്നെ ക്ഷണിച്ചു: "ഒരു നിലാവത്ത് എന്റെ കൂടെ വാ, നമുക്ക് പുതിയ നിലാവനുഭവങ്ങൾ തേടിപ്പോകാം."

അങ്ങനെ ഒരു രാത്രിയിൽ കായൽക്കരയിൽ ഞങ്ങളൊരുമിച്ച് നിലാവിനെ കാത്തിരുന്നു. ആ രാത്രിയിൽ അവൾ ഏറ്റവും പ്രണയവതിയായിരുന്നു. എന്നെ അവളുടെ ശരീരത്തോടു ചേർത്തുപിടിച്ച് കണ്ണുകളിൽ അമർത്തിച്ചുംബിച്ചു. പിന്നെ നിലാവിനും അപ്പുറത്തുള്ള ഒരു വിചിത്രലോകത്തേക്ക് അവളെന്നെ കൂട്ടിക്കൊണ്ടുപോയി. ആ നിമിഷങ്ങളിൽ അവളൊരു കഥയില്ലാത്ത കഥാകാരിയായി.

വളരെ വൈകിയാണ് നിലാവെത്തിയത്. അപ്പോൾ അവളാകട്ടെ ജലപുരുഷന്റെ ഹരിതനീലങ്ങളിൽ വിരൽത്തുമ്പുകളാഴ്ത്തി രതിരേഖകൾ വരയ്ക്കുകയായിരുന്നു. ഓളങ്ങളിൽ ചാഞ്ചാടുന്ന പൂർണ്ണചന്ദ്രനെ കണ്ടപ്പോഴേ അവൾക്ക് ഇളക്കം തുടങ്ങി. നിലാവെളിച്ചത്തിൽ ത്രസിച്ചുയരുന്ന ജലപുരുഷന്റെ ആശ്ലേഷങ്ങൾക്ക് വജ്രത്തേക്കാൾ മൂർച്ചയുണ്ടത്രെ!

പെട്ടെന്നാണ് ഓളക്കൈകൾ അവളുടെ നേർക്കുയർന്നത്. അരയോളം നനഞ്ഞുലഞ്ഞ്, പാതിയടഞ്ഞ കണ്ണുകളോടെ അവൾ ജലപുരുഷനിൽ അലിഞ്ഞമരാൻ വെമ്പൽപൂണ്ടിരുന്നു.

അപ്പോഴേക്കും ജലപുരുഷൻ പൂർണ്ണചന്ദ്രനെ നെഞ്ചിലേറ്റി അക്കരേക്ക് തുഴയാൻ തുടങ്ങിയിരുന്നു. ജലത്തിന്റെ മാറിൽ തെന്നിപ്പുളയുന്ന ചന്ദ്രനോട് അവൾക്ക് അസൂയയായി. അവൾ ചന്ദ്രനോടു പിണങ്ങി. തിരകൾക്കൊപ്പം നീന്തിത്തുടിക്കുന്ന മത്സ്യങ്ങളോടും തെന്നിനീങ്ങുന്ന കുളവാഴകളോടും വഴക്കിട്ടു.

ഉച്ചത്തിൽ കൂകിയാർത്തുകൊണ്ട് അവൾ എന്റെ മാറിലേക്കു ചാഞ്ഞു. ഞാനവളെ താങ്ങിപ്പിടിച്ച് പച്ചപ്പുല്ലിന്റെ തണുപ്പിലേക്കു നടത്തി. കുളവാഴപ്പൂക്കളുടെ മണം നുകർന്നുകൊണ്ട് ഞങ്ങൾ മെത്തപ്പുല്ലിന്മേൽ നിവർന്നുകിടന്നു.

"നിലാവിനെ സാക്ഷിനിർത്തി നമുക്കീ പുല്ലിന്മേൽക്കിടന്നു പിണഞ്ഞുപുനയാം?" എന്നെ ചുറ്റിപ്പിണഞ്ഞുകൊണ്ട് അവൾ ചോദിച്ചു. അവൾക്കപ്പോൾ പൊട്ടിയൊഴുകുന്ന ഭ്രാന്തിന്റെ മണമായിരുന്നു.
വേലിയേറ്റത്തിരപോലെ അവളിലേക്കൊഴുകാൻ ആർത്തിപൂണ്ടുണരവെ ഒരു ഭയം എന്നെ തിരികെവിളിച്ചു: പുൽപ്പരപ്പിനപ്പുറം ഉയർന്നിടതൂർന്ന പൂച്ചെടികൾക്കിടയിൽ പതുങ്ങിയിരുന്ന് ആരെങ്കിലും ഞങ്ങളുടെ ഭ്രാന്തുകൾ മൊബൈൽക്യാമറയിൽ പകർത്തി വാട്സപ്പിലിട്ടാൽ...?

ഞൊടിനേരംകൊണ്ട് ഞാൻ അവളുടെ പിടിയിൽനിന്ന് കുതറിയുരുണ്ട് അകലേക്കു മാറിക്കിടന്നു. അവൾ ധൃതിപ്പെട്ടെണീറ്റ് കായൽക്കരയിലേക്കു നടന്നു.

ഇളകിയാടുന്ന ഓളങ്ങൾക്കഭിമുഖമായി കായൽഭിത്തിമേൽ അവളിരുന്നു. നിലാക്കാതൽപോലെ അഴകൊത്ത കണങ്കാലുകളിൽ ഓളങ്ങൾ ഉമ്മവച്ചു രസിച്ചു. പൂർണ്ണമായും അവളിലേക്ക് ഒഴുകിപ്പരക്കാൻ ആർത്തിപെരുത്ത ഓളങ്ങൾ ഭിത്തിമേൽ ആഞ്ഞിടിക്കുകയും ഗ്ളും.. ഗ്ളും.. എന്നു ബഹളംകൂട്ടുകയും ചെയ്തുകൊണ്ടിരുന്നു.

"ജലത്തിന്റെ ഭാഷ എത്ര സാന്ദ്രമാണ്! മീൻകൂട്ടങ്ങളും കുളവാഴകളും രതിമന്ത്രമുതിർക്കുന്ന ആ ഭാഷയിൽ എനിക്കൊരു കഥയെഴുതണം." അവൾ മുമ്പൊരിക്കൽ പറഞ്ഞതോർത്തു. അവളിപ്പോൾ ഓളങ്ങളെ സാക്ഷിനിർത്തി മീനുകളോടും കുളവാഴകളോടും ആ കഥ പറയുകയാവും... ജലപുരുഷനെയും നിലാവിനെയും കാമിച്ച കഥയില്ലാത്ത കഥാകാരിയുടെ കഥ.

മദ്ധ്യയാമത്തിൽ, മെത്തപ്പുല്ലിന്റെ മൃദുലതയിൽ നിലാവിനെ പുണർന്നുകിടക്കവെ കായൽത്തിരകളുടെ ഗ്ളും... ഗ്ളും... ശബ്ദത്തിന് മധുരമായൊരു താരാട്ടുപാട്ടിന്റെ ഈണം. തണുത്തകാറ്റിന് കുളവാഴപ്പൂക്കളുടെ മണം. കൺപീലികളിൽ പതുങ്ങിനിന്ന ഉറക്കം മെല്ലെമെല്ലെ കണ്ണുകളിലേക്കിറങ്ങിവന്നു.

ഉറക്കപ്പാതിയിൽ ഉച്ചത്തിലുള്ള ജലഘോഷംകേട്ടു ഞെട്ടിയുണർന്ന് കായൽക്കരയിലേക്കു ചെന്നു. പ്രിയപ്പെട്ടതെന്തോ ഹൃദയത്തിലൊളിപ്പിച്ച സന്തോഷത്തിൽ ഇളകിത്തുള്ളുകയാണ് കായലോളങ്ങൾ. അരുതാത്തതെന്തിനോ കൂട്ടുനിന്നതിന്റെ നടുക്കത്തിൽ കണ്ണുതുറിച്ചു നില്പാണ് ചന്ദ്രൻ.

അവൾ......?

കൺട്രോൾ ചിപ്പ്

കരയിലും വെള്ളത്തിലുമുള്ള മറ്റു ജീവജാലങ്ങൾക്കൊന്നും ഇല്ലാത്ത അത്ഭുതകരമായൊരു കഴിവാണ് നമുക്കുള്ളത്, ജലോപരിതലത്തിലൂടെ സ്വന്തം കാലുകളിൽ ഓടിനടക്കുക!

നൂൽവണ്ണംപോലുമില്ലാത്ത നെടുനീളൻ കാലുകളും അതിലോലമായ ഉടലും പച്ചക്കറുപ്പുള്ള വെള്ളത്തിന് അനുയോജ്യമായ ഉടൽ വർണ്ണവുമുള്ള വെള്ളത്തിലാശാന്മാർ ഈവിധം ആഹ്ലാദിച്ചും അഹങ്കരിച്ചും കൂപജലത്തിനുമീതേ വസിച്ചുവന്നു. ഒരുദിവസം അതേ രൂപത്തിലുള്ള ഒരു വലിപ്പക്കാരൻ അവിടേക്ക് ഇറങ്ങിച്ചെന്നു. അവൻ ആയാസമേതുമില്ലാതെ വെള്ളത്തിനുമീതേ നില്ക്കുകയും നടക്കുകയും തിരിയുകയുമൊക്കെ ചെയ്യുന്നു!

അവന്റെ അഭ്യാസപ്രകടനങ്ങൾ കണ്ട് ആശാന്മാർ അമ്പരന്നു. ഇളമുറക്കാർ തമ്മിൽത്തമ്മിൽ ചോദിച്ചു:

"നമ്മുടെ കഴിവുകളുള്ള മറ്റൊരു ജീവിയോ?"

"ഇതെങ്ങനെ സംഭവിച്ചു?"

"വിശ്വകർമ്മാവിന് അബദ്ധം പറ്റിയതാണോ?"

ഇതിഹാസപാരായണം ജീവിതചര്യയാക്കിയ വയോവൃദ്ധന്മാർ ഇളമുറക്കാരുടെ അജ്ഞതയിൽ അരിശംകൊണ്ടു:

സ്വയംഭൂവായ സാക്ഷാൽ വിശ്വകർമ്മാവിന് അബദ്ധം പറ്റുകയോ? "സംഭവാമി യുഗേ യുഗേ" എന്നല്ലേ *ഗീത*യിൽ പറയുന്നത്?

പുരാണപാരായണം തീരെയില്ലാത്ത ഇളമുറക്കാർക്ക് വൃദ്ധജ്ഞാനികൾ പറഞ്ഞതിന്റെ പൊരുൾ മനസ്സിലായില്ല. അവർ വെറുതേ ചിരിച്ചു.

പണ്ടെന്നോ ഒരു ദൈവപുത്രൻ കടലിനുമീതേ നടന്നിട്ടുണ്ടെന്നു കേട്ടിട്ടുണ്ട്. യേശു എന്നാണത്രേ അവന്റെ പേര്.

“ഇത് അവന്റെ രണ്ടാംവരവായിരിക്കുമോ?”

“ഏയ് ഇതവനല്ല.” യേശുവിനെക്കുറിച്ച് കേട്ടിട്ടുപോലുമില്ലാത്ത ഇളമുറക്കാർ തറപ്പിച്ചുപറഞ്ഞു.

“നമ്മുടെ പേരുള്ള ഒരു കൂട്ടർ കേരളക്കരയിലുണ്ടത്രേ. ഇത്തിരി വാറ്റുവെള്ളം അകത്തുചെന്നാൽ ഇക്കൂട്ടർ ഭാരമില്ലാതെ പാറിനടക്കും. ഇവൻ അതിലൊരുവനായിരിക്കുമോ?” കരയിലെ വിശേഷങ്ങൾ കേട്ടറിവുള്ള ഒരുവൻ സംശയം പറഞ്ഞു.

“ഏയ്, പേടിക്കണ്ട കൂട്ടരേ, കേരളത്തിലിപ്പോൾ ബാറുകളൊക്കെ പൂട്ടീന്നാ കേൾവി.”

“പിന്നെ ഇവനാരാ?”

“നമുക്ക് അവന്റെ അടുത്തുപോയി നോക്കാം. വെറുതേ ഓരോന്നു പറഞ്ഞു സമയം കളയണ്ട.”

ധൈര്യശാലികളും സാഹസപ്രിയരുമായ കുറേ ചെറുപ്പക്കാർ വമ്പന്റെ അടുത്തുചെന്ന് അംഗപ്രത്യംഗ നിരീക്ഷണം നടത്തി. ആകൃതിയിലും പ്രകൃതിയിലും സമാനതകൾ ഏറെയുണ്ടെങ്കിലും അവൻ പല കാര്യങ്ങളിലും തങ്ങളിൽനിന്നു വ്യത്യസ്തനാണെന്ന് അവർ കണ്ടു: നടക്കാനും തുഴയാനും വെവ്വേറെ കാലുകൾ, മൊട്ടത്തലയിൽ വലിയൊരു മിന്നാമിന്നി....

ഒരുത്തൻ കൈനീട്ടി മിന്നാമിന്നിയെ തൊട്ടുനോക്കി.

ഠിം! അവൻ ദൂരേക്കു തെറിച്ചുവീണു. മറ്റുള്ളവർ പേടിച്ചു പുറകോട്ടു മാറി.

വമ്പൻ വെള്ളത്തിലേക്കുനോക്കി എന്തൊക്കെയോ കൈക്രിയകൾ കാണിക്കാൻ തുടങ്ങി. അവന്റെ മിന്നാമിന്നിക്കണ്ണിൽ നിന്ന് ഒരു ചുവന്ന രശ്മി വെള്ളത്തിന്റെ ആഴത്തിലേക്കിറങ്ങിപ്പോയി.

“ഇവൻ വെള്ളത്തിന്റെ ആഴമളക്കാൻ വന്നതാണ്.” ഒരുവൻ പറഞ്ഞു.

“ഇവനെ മനുഷ്യർ പറഞ്ഞുവിട്ടതായിരിക്കും. നമ്മുടെ ആവാസവ്യവസ്ഥയെ തകിടംമറിക്കാനുള്ള വല്ല പദ്ധതിയും ആസൂത്രണം ചെയ്യുന്നുണ്ടാവും.” മറ്റൊരുവൻ പറഞ്ഞു.

“ഇവൻ നമ്മുടെ രഹസ്യങ്ങൾ ചോർത്തിനല്കാൻ വന്ന ചാരൻ തന്നെ. സംശയമില്ല. നമുക്കിവന്റെ കഥ കഴിക്കണം.”

“അതേയതേ, മണ്ണിലുള്ള ചെറുപ്രാണികളുടെയൊക്കെ വംശം മുടിച്ചുകഴിഞ്ഞു. ഇനിയിപ്പോൾ വെള്ളത്തിലായിരിക്കും നോട്ടം.”

“ഇവനെ നമുക്ക് വെള്ളത്തിന്റെ ആഴത്തിൽ കെട്ടിത്താഴ്ത്തിയാലോ? പിന്നെ ഇവൻ മനുഷ്യരുടെ അടുത്തേക്ക് തിരിച്ചു പോവില്ലല്ലോ.”

“ഇത്രയും വലിപ്പമുള്ള ഒരുത്തനെ നമ്മൾ എങ്ങനെ കെട്ടിത്താഴ്ത്തും? അവനോടു പൊരുതാനുള്ള കായികബലം ലോലശരീരികളായ നമുക്കുണ്ടോ? ഒന്നു തൊട്ടപ്പോൾത്തന്നെ ഒരുത്തൻ തെറിച്ചുപോയതു കണ്ടില്ലേ?”

വെള്ളത്തിലാശാന്മാർ ഭയപ്പെട്ട് തളർന്നിരുന്നു.

കുലഗുരു അവർക്ക് "ഐകമത്യം മഹാബലം," "ഒത്തുപിടിച്ചാൽ മലയും പോരും" ഇത്യാദി ശക്തിസൂക്തങ്ങൾ ചൊല്ലിക്കൊടുത്തു.

അവർ എണ്ണത്തിൽ അഞ്ഞൂറോളംപേർ ഉണ്ടായിരുന്നു. എല്ലാവരും ഒത്തുചേർന്ന് ആഞ്ഞുതള്ളി.

വലിപ്പക്കാരൻ വെള്ളത്തിൽ മറിഞ്ഞുവീണു.

ആശാന്മാർ ആർത്തുചിരിച്ചുകൊണ്ട് അവന്റെ ചുറ്റും ആഹ്ലാദനൃത്തമാടി.

അവന്റെ തലയിലിരിക്കുന്ന മൈക്രോച്ചിപ്പിലേക്കു വിരൽ ചൂണ്ടിക്കൊണ്ട് ബുദ്ധിമാനായൊരു കുട്ടിയാശാൻ വിളിച്ചുപറഞ്ഞു: "ഇവൻ വെറുമൊരു യന്തിരനാണ്. ഇവന് സ്വന്തമായ ബുദ്ധിയോ കരുത്തോ ഒന്നുമില്ല. കണ്ടില്ലേ തലയിലൊരു കൺട്രോൾ ചിപ്പിരിക്കുന്നത്?"

"യന്തിരനോ?" ആശാന്മാർ അമ്പരന്നു.

"അതെ, യന്തിരൻ തന്നെ. ദൂരത്തിരുന്നുകൊണ്ട് ഇവനെ നിരീക്ഷിക്കുകയും നിയന്ത്രിക്കുകയും ചെയ്യുന്നത് അതിബുദ്ധിയുള്ള മനുഷ്യരാണ്. നമ്മുടെ ആവാസരഹസ്യങ്ങൾ ചോർത്താൻ മിടുക്കരായ യന്തിരന്മാർ ഇനിയും വരും. നമ്മൾ കരുതിയിരിക്കണം."

കുട്ടിയാശാന്റെ വാക്കുകൾ എല്ലാവരിലും ഭയമുളവാക്കി.

മനുഷ്യന്റെ ബുദ്ധി അപാരം തന്നെ! അവർ അത്ഭുതംകൂറി.

മനുഷ്യലോകത്തിലെ ശാസ്ത്രസാങ്കേതിക രഹസ്യങ്ങൾ ഉടനുടൻ ഉപഗ്രഹങ്ങളിൽനിന്നു ചോർത്തിയറിയുന്ന കുശാഗ്രബുദ്ധിയായ ഒരു ചെറുപ്പക്കാരൻ സന്തോഷമുള്ളൊരു വർത്തമാനം അവരെ അറിയിച്ചു:

"മനുഷ്യബുദ്ധി ഇനിയും കൂടുകയില്ല എന്ന് പ്രൊഫസർ ലാഫ്ലിൻ കണ്ടെത്തിയിരിക്കുന്നു! ഇന്നത്തെ ജീവിതചുറ്റുപാടുകളിൽ മസ്തിഷ്കത്തിന് ഇതിലുമധികം ഊർജ്ജം നല്കാൻ മനുഷ്യന് കഴിയില്ലത്രേ."

"സ്വന്തം ബുദ്ധിയും കരുത്തും വികസിപ്പിക്കാനായില്ലെങ്കിൽപ്പിന്നെ ഈ മനുഷ്യർ എന്തുചെയ്യും കൂട്ടരേ?"

"പിന്നെന്തിനാ നമ്മൾ മനുഷ്യരെ ഭയപ്പെടുന്നത്?"

പല നാവുകളിൽനിന്ന് ഒരേ ചോദ്യം ഒരുമിച്ചുയർന്നു.

"മനുഷ്യരെ ഭയപ്പെടേണ്ടതില്ല. പക്ഷേ, യന്തിരന്മാരെ ഭയപ്പെട്ടേ മതിയാവൂ. ഇപ്പോൾത്തന്നെ അവർ തങ്ങളെ സൃഷ്ടിച്ച യജമാനന്മാരേക്കാൾ കരുത്തും ബുദ്ധിയും ആർജ്ജിച്ചുകഴിഞ്ഞിരിക്കുന്നു മനുഷ്യബുദ്ധി നിഷ്പ്രഭമാകുന്നതിനനുസരിച്ച് യന്തിരന്മാരുടെ ബുദ്ധിയും വിചാരവികാരങ്ങളും വളർന്നുകൊണ്ടേയിരിക്കും. അവർ മനുഷ്യന്റെ മജ്ജയും മാംസവും ഊറ്റിയെടുത്ത് കൂടുതൽ ജൈവികത നേടും. ലോകമായ ലോകമെല്ലാം അടക്കിവാഴും."

അതുകേട്ട് ഒരുകൂട്ടർ മനുഷ്യനാശം ഭാവനയിൽ കണ്ട് മതിമറന്ന് ആഹ്ലാദിക്കാൻ തുടങ്ങി.

"ആഹ്ലാദിക്കാൻ വരട്ടെ കൂട്ടരേ. മനുഷ്യൻ നിർമ്മിക്കുന്ന യന്തിര

ന്മാർ എപ്രകാരം പ്രവർത്തിക്കണമെന്നു നിശ്ചയിക്കുന്നത് മനുഷ്യൻ തന്നെയാണ്. അവന്റെ ബുദ്ധി അനുദിനം വളർന്നുകൊണ്ടേയിരിക്കും. ലാഫ്‌ലിൻ സായിപ്പിന്റെ നിഗമനം യാഥാർത്ഥ്യങ്ങളുമായി പൊരുത്തപ്പെടുന്നില്ല." ഒരു ചെറുപ്പക്കാരൻ പറഞ്ഞു.

ആശാന്മാർ മനുഷ്യബുദ്ധിയെപ്പറ്റി തർക്കം തുടരവേ അവരെ അമ്പരപ്പിച്ചുകൊണ്ട് യന്തിരൻ ഉയിരിട്ടെണീറ്റ് കരയിലേക്കു കയറി. തലയിലെ കൺട്രോൾ ചിപ്പ് വലിച്ചൂരി ദൂരെയെറിഞ്ഞു. അവന്റെ മിന്നാമിന്നിക്കണ്ണിൽ നിന്ന് ഒരു പ്രകാശബോംബ് കൂപജലത്തിൽ വീണുചിതറി. എന്നിട്ട് അരിശത്തോടെ കൺട്രോൾ റൂമിനെ ലക്ഷ്യമാക്കി അതിവേഗം നടന്നു. തൽക്ഷണം അവന്റെ മിന്നാമിന്നിക്കണ്ണിലെ പ്രകാശം കെട്ടു. സ്വയം ഊരിക്കളയാൻ പറ്റാത്ത പുതിയൊരു കൺട്രോൾ ചിപ്പ് അവന്റെ തലയിൽ പ്രത്യക്ഷപ്പെട്ടു.

വെളുത്ത ചന്ദ്രക്കല

അവൾ അപൂർവ്വമായേ ഉറങ്ങാറുള്ളൂ. പേടിസ്വപ്നങ്ങൾ കണ്ട് കിതയ്ക്കാനും അലറിക്കരയാനും അവൾക്ക് തീരെ ഇഷ്ടമല്ല. രാത്രിയിൽ വൃത്തിയായി കുളിച്ച്, കരിനീലംകൊണ്ടു കണ്ണെഴുതി, സീമന്തത്തിൽ കുങ്കുമം തൊട്ട്, ഉടലിൽ സുഗന്ധതൈലം പൂശി, നേർത്ത നിശാവസ്ത്രമണിഞ്ഞ്, രാവൊടുങ്ങുവോളം മഞ്ചത്തിൽ വെറുതേ കിടക്കും.

ചുവപ്പുനിറമുള്ള നിശാവസ്ത്രങ്ങൾ അവളുടെ ദൗർബല്യമായിരുന്നു. കടുംചുവപ്പിന് പ്രണയസ്വപ്നങ്ങളെ പുൽകിയുണർത്താനുള്ള വശ്യതയുണ്ടെന്ന് അവൾ എങ്ങനെയോ ധരിച്ചുവശായിരുന്നു. ആകയാൽ അപൂർവ്വമായേ അവ അണിയാറുള്ളൂ. കരവേലകൾ ചെയ്തു ചന്തം കൂട്ടിയ ചന്ദനപ്പെട്ടിയിലാണ് അവൾ തന്റെ പ്രിയപ്പെട്ട വസ്ത്രങ്ങൾ അടുക്കിവച്ചിരിക്കുന്നത്. നിലാവുള്ള രാത്രികളിൽ പെട്ടിതുറന്ന് അവയെ കൈയിലെടുത്തു ലാളിക്കുകയും ചുണ്ടിൽചേർത്തു ചുംബിക്കുകയും ചെയ്യുക അവളുടെ ഇഷ്ടവിനോദമാണ്.

പൂർണ്ണചന്ദ്രന്റെ കൈതപ്പൂനിറം അവളിൽ അനുരാഗത്തിന്റെ തീക്ഷ്ണഭാവങ്ങൾ വിടർത്തിയിരുന്നു. ആ രാത്രികളിൽ താൻ വൃന്ദാവനത്തിലാണെന്നും പീലിപ്പൂ ചൂടിയ കാർവർണ്ണൻ തനിക്കായി കോലക്കുഴൽനാദം ഉതിർക്കുകയാണെന്നും അവൾ സങ്കല്പിച്ചു. ആ നാദലഹരിയിൽ അലിഞ്ഞുചേരുമ്പോൾ അവൾ ദ്വാപരയുഗത്തിലെ രാധയായി മാറും .

അന്ന് തിരുവാതിരയായിരുന്നു. കാർത്ത്യായനീപൂജ കഴിഞ്ഞ് സന്തോഷവതിയായി അവൾ ചന്ദനപ്പെട്ടി തുറന്നു. ബാലഗോപാലന്റെ പീലിക്കെട്ടുപോലെ എന്തോ ഒന്ന് പുറത്തേക്കു ചാടി. വളഞ്ഞുപുളഞ്ഞ് എങ്ങോ മറഞ്ഞു.

“അവന്റെയൊരു കുസൃതി!” അവൾക്ക് ചിരിവന്നു.

പെട്ടിയിൽനിന്ന് ചന്ദനമണമുള്ള ചുവന്ന നിശാവസ്ത്രം എടുത്തണിഞ്ഞു. പതിവുചമയങ്ങളെല്ലാം കഴിഞ്ഞ്, മുടിയിൽ ഒരു കൈതപ്പൂവിതൾ തിരുകിവച്ചു. വിലോലമായൊരു മന്ദസ്മിതത്തോടെ കണ്ണന്റെ കാല്പെരുമാറ്റത്തിനായി കാതോർത്തു കിടന്നു.

ജാലകവിടവിലൂടെ ഊർന്നിറങ്ങിയ നിലാവിഴകൾ അവളെ കളിയാക്കിച്ചിരിച്ചു: "വെണ്ണക്കള്ളൻ എവിടെയോ ഒളിച്ചിരിപ്പാണ്, നിന്നെ പറ്റിക്കാൻ."

കൈതപ്പൂമണമുള്ള കിനാവുകൾ മനസ്സിൽ പൂത്തിറങ്ങവേ കോലക്കുഴൽനാദം അടുത്തടുത്തുവന്നു. തൊട്ടരികിൽ കായാമ്പൂവർണ്ണന്റെ രൂപം തെളിഞ്ഞു. അവൾ ചാടിയെണീറ്റു. സ്വർണ്ണക്കൊലുസുകൾ ഇളകിച്ചിരിച്ചു. മൈലാഞ്ചിവരഞ്ഞ പാദങ്ങളിൽ എന്തോ ആഞ്ഞാഞ്ഞു പതിക്കുന്നതുപോലെ! പാദം മുതൽ ഉച്ചിവരെ കത്തിപ്പടരുന്ന പ്രണയാഗ്നി. അവൾ അവനെ വാരിയണച്ചു. ഉമ്മവച്ചുമ്മവച്ച് മെയ്തളർന്ന് കിടക്കയിലേക്കു വീണു. അവളുടെ തളർന്ന ഉടലിന്മേൽ ഒരു നീലാമ്പൽത്തണ്ടുപോലെ അവൻ ചുറ്റിപ്പിണഞ്ഞുകിടന്നു. ഒടുവിൽ.... അവളുടെ വെളുത്ത ഉടലാകെ കരിനീലം പടർന്നപ്പോൾ അവൻ വിരക്തിയോടെ വഴുതിയിറങ്ങി.

മയക്കംമുറ്റിയ കണ്ണുകൾ വലിച്ചുതുറന്ന് അവൾ അവനെ നോക്കി.

അവൻ പിന്തിരിഞ്ഞുനില്ക്കുന്നു!

"വാ കണ്ണാ....."

സ്നേഹവായ്പ്പോടെ അവൾ വിളിച്ചു.

വാരിപ്പുണരാൻ കൈകൾ നീട്ടി.

അവൻ തിരിഞ്ഞുനോക്കിയില്ല.

ഒരു ജേതാവിന്റെ ഗർവ്വമോടെ നൃത്തച്ചുവടുകൾ വച്ച് മുന്നോട്ടു നീങ്ങുകയാണവൻ.

ചുരുൾമുടി വെളുത്ത ചരടുകൊണ്ട് കെട്ടിവച്ചിരിക്കുന്നു.

ഹായ്... എന്തു ഭംഗി!

കോലക്കുഴലെവിടെ?

കാണുന്നില്ലല്ലോ..

പീലി ചൂടിയ മുടിക്കെട്ടെവിടെ?

അതും കാണുന്നില്ല.

അടയുന്ന കണ്ണുകൾ വലിച്ചുതുറന്ന് അവൾ നോക്കി.

വീണ്ടും വീണ്ടും നോക്കി.

വിടർന്ന പത്തി!

വെളുത്ത ചന്ദ്രക്കല!!

അഗ്രം ചുരുണ്ട ചന്ദ്രക്കല!!!

അയ്യോ പാമ്പ്.......

അവൾ അലറിക്കൂവി.

ഓടിക്കൂടിയവർ പാമ്പിനെ തിരയവെ നിതാന്തനീലിമയാർന്ന പ്രണയനിദ്രയിലേക്ക് അവൾ മെല്ലെമെല്ലെ ഇറങ്ങിപ്പോയി.

ഊഷരതകൾ തളിർക്കുമ്പോൾ

നെല്ലിന്റെ നിറമുള്ള അടിവയർ നഗ്നമാക്കി ഗ്രെയ്ന സ്കാനിങ് ടേബിളിൽ മലർന്നുകിടന്നു. അൾട്രാസൗണ്ട് സ്കാനർ അതിന്റെ ജോലി തുടങ്ങി. ഉദ്വേഗത്തോടെ സ്ക്രീനിൽ കണ്ണുംനട്ടു നില്പാണ് ഡോക്ടർ വാസവ്. ഗ്രെയ്നയുടെ കണ്ണുകളും സ്ക്രീനിൽ തന്നെയായിരുന്നു. നിമിഷങ്ങൾക്കുള്ളിൽ മനോഹരമായൊരു ഫിഷ്ടാങ്കുപോലെ അവളുടെ ഉദരപാത്രം സ്ക്രീനിൽ തെളിഞ്ഞുവന്നു. അതിനുള്ളിൽ അലങ്കാരമത്സ്യങ്ങളെപ്പോലെ നീന്തിക്കളിക്കുന്ന നാലു മനുഷ്യക്കുഞ്ഞുങ്ങൾ! കാഴ്ചയിൽ രണ്ടോ മൂന്നോ മാസത്തെ വളർച്ച തോന്നും. ഗ്രെയ്ന ഇമപൂട്ടാതെ അവയുടെ ചലനങ്ങൾ നോക്കിക്കിടന്നു. എന്തൊരു ഭംഗിയാണവയ്ക്ക്; കണ്ണാടിപ്പാത്രത്തിൽ വളർത്തുന്ന ഗൗരാമികളെപ്പോലെ.

ഊഷരഭൂമിയിൽ പൊടുന്നനെ പൊന്തിവന്നൊരു ജലാശയം പോലെ തോന്നി ഗ്രെയ്നയ്ക്ക് അവളുടെ അടിവയർ. അനുദിനം വളർന്നു വലുതാകുന്ന ഒരു കൊച്ചുജലാശയത്തെ മാസങ്ങളോളം ചുമന്നുനടക്കുക! എത്ര വിചിത്രമായ അനുഭവമായിരിക്കുമത്!. വർഷങ്ങളായി കേട്ടുകൊണ്ടിരിക്കുന്ന പലമുനകളുള്ളൊരു ചോദ്യത്തിന് തനിക്കിതാ മധുരമുള്ളൊരു മറുപടി കിട്ടിയിരിക്കുന്നു.

"ഗ്രെയ്നാ നിനക്കെന്താ വിശേഷമൊന്നുമില്ലേ?"

തന്റെ സ്ത്രൈണതയ്ക്ക് യാതൊരു തകരാറുമില്ലെങ്കിലും ചോദ്യങ്ങൾക്ക് മറുപടിയില്ലാതെ തലകുനിച്ചുനില്ക്കേണ്ടി വരിക... "മച്ചി" എന്ന പരിഹാസപ്പേരിൽ അറിയപ്പെടുക....

ഇനി ചോദ്യക്കാരുടെ മുന്നിൽ അഭിമാനത്തോടെ തലയുയർത്തി നിന്ന് വയറ്റിൽ വളർന്നുവരുന്ന വിശേഷത്തെ നോക്കി വാക്കുകളില്ലാതെ മറുപടി പറയാം - ഗ്രെയ്ന അമ്മയാവാൻ പോകുന്നു. അതെ, ഇനി

ഏതാനും മാസങ്ങൾ കൂടി കാത്തിരുന്നാൽ ഗ്രെയ്നയ്ക്കും സ്വന്തം കുഞ്ഞിനെ കൈയിലെടുത്തു ലാളിക്കാം. അവൾ തന്റെ ഉദരത്തിലെ ശിശുക്കളെ ഹൃദയംകൊണ്ട് തഴുകിയും ഉമ്മവച്ചും ദിവ്യമായൊരു നിർവൃതിയിൽ അലിഞ്ഞുകിടന്നു.

ഡോക്ടർ വാസവ് തന്റെ ജൂനിയറായ ഡോക്ടർ ദേവിനെ അരികിലേക്കു വിളിച്ച് അഭിമാനപൂർവ്വം പറഞ്ഞു: "നോക്കു ദേവ് നമ്മൾ നിക്ഷേപിച്ച നാലു ഭ്രൂണങ്ങളും നന്നായി വളർന്നിരിക്കുന്നു. നല്ല ആരോഗ്യമുള്ള കുട്ടികൾ. എന്നാലും ഒന്നു ചോദിച്ചവർക്ക് നാലു കൊടുക്കുന്നതു ശരിയല്ലല്ലോ."

ഡോക്ടർ ദേവ് സ്ക്രീനിലെ സുന്ദരദൃശ്യത്തിൽനിന്ന് കണ്ണുകൾ പിൻവലിച്ച് ഡോക്ടർ വാസവിനെ ചോദ്യരൂപേണ നോക്കി.

"യെസ് ഡോക്ടർ ദേവ്, നിങ്ങളതു ചെയ്യണം."

"ഇല്ല ഡോക്ടർ, എനിക്കതു കഴിയില്ല."

"നിങ്ങളുടെ ഡ്യൂട്ടിയാണത്."

"വേണ്ട ഡോക്ടർ. അതു നാലും വളരട്ടെ. അവർ പ്രസവിച്ചു വളർത്തിക്കൊള്ളും."

"നോ ഡോക്ടർ, പരീക്ഷണാർത്ഥം ഒന്നിലധികം ഭ്രൂണങ്ങൾ നിക്ഷേപിക്കുമ്പോഴും ഒന്നെങ്കിലും ആരോഗ്യത്തോടെ വളർന്നുകിട്ടണം എന്ന പ്രതീക്ഷ മാത്രമേ നമുക്കുണ്ടാവാൻ പാടുള്ളൂ. എല്ലാം പൂർണ്ണ ആരോഗ്യത്തോടെ വളർന്നുകിട്ടുന്നത് വളരെ അപൂർവ്വമായി മാത്രം സംഭവിക്കുന്ന കാര്യമാണല്ലോ. അത്തരം സന്ദർഭങ്ങളിൽ നമ്മളുണ്ടാക്കുന്ന ജീവനെ നമ്മൾതന്നെ ഇല്ലാതാക്കേണ്ടിയും വരും. നമ്മുടെ തൊഴിലിന്റെ ഭാഗമാണത്. പാപബോധത്തിന്റെ വിലക്കുകൾക്ക് ഇവിടെ ഒരു പ്രസക്തിയുമില്ല."

"ഇല്ല ഡോക്ടർ, ഞാനതു ചെയ്യില്ല."

"ഡോക്ടർ ദേവ് ഇത്തരം സെന്റിമെന്റ്സ് ഈ പ്രൊഫഷനു പറ്റിയതല്ല. എനിക്ക് മറ്റൊരാളെ കണ്ടെത്തേണ്ടി വരുമെന്നാണ് തോന്നുന്നത്."

ഇപ്പോൾ കണ്ണുകളിൽ പതിഞ്ഞമർന്ന പഞ്ഞിത്തുണ്ടിനാൽ ഗ്രെയ്നയുടെ കാഴ്ചകൾ മറയ്ക്കപ്പെട്ടിരിക്കുന്നു..

"നൗ ഐ ഹാവ് ടു ഡു ദിസ് മൈസെൽഫ്" എന്ന് ആത്മഗതം ചെയ്തുകൊണ്ട് ഡോക്ടർ വാസവ് മേശപ്പുറത്തിരുന്ന സൂചി കൈയിലെടുത്തു. ഞൊടിയിടയിൽ അദ്ദേഹമത് ഗ്രെയ്നയുടെ വയറ്റിലേക്ക് കുത്തിയിറക്കി, നീന്തിക്കളിക്കുന്ന കുഞ്ഞുങ്ങളുടെ നേർക്ക് ചലിപ്പിച്ചു. ചൂണ്ടയിട്ടു മീൻ പിടിക്കുന്ന കൗതുകമായിരുന്നു അപ്പോൾ അദ്ദേഹത്തിന്റെ കണ്ണുകളിൽ. നിമിഷവേഗത്തിൽ സൂചി അതിലൊന്നിനെ പിടികൂടി. സമർത്ഥനായൊരു വരാലിനെപ്പോലെ അത് സൂചിമുനയിൽനിന്ന് വഴുതിമാറി. പലവട്ടം പിടികൂടിയും വഴുതിമാറിയും പോരാട്ടം തുടർന്നു. ഒടുവിൽ ഡോക്ടർതന്നെ വിജയിച്ചു. അദ്ദേഹം സൂചിത്തുമ്പിലൂടെ

ഏതാനും ദ്രാവകത്തുള്ളികൾ അതിന്റെ ഹൃദയത്തിലേക്കു ഇറ്റിച്ചു. നിമിഷങ്ങൾക്കകം അതിന്റെ ചലനം നിലച്ചു.

തന്റെ ഉദരത്തിൽ പിടഞ്ഞുമരിക്കുന്ന കുഞ്ഞുങ്ങൾക്ക് അന്ത്യോപചാരം അർപ്പിക്കാനെന്നപോലെ ഗ്രെയ്നയുടെ കവിളിലൂടെ നനഞ്ഞിറങ്ങിയ നോവിൻതുള്ളികൾ സിസ്റ്റർ ഷീന പഞ്ഞിത്തുണ്ടിൽ ഒപ്പിയെടുത്തു.

ഡോക്ടറുടെ കൈയിലെ സൂചി വീണ്ടും പ്രവർത്തിച്ചുതുടങ്ങി. ഏറെനേരത്തെ ശ്രമഫലമായി ഒരെണ്ണത്തെക്കൂടി അദ്ദേഹം സൂചിമുനയിൽ പിടിച്ചെടുത്തു. ദ്രാവകത്തുള്ളികൾ അതിനെയും നിശ്ചലമാക്കി. ബാക്കി രണ്ടെണ്ണം ഗ്രെയ്നയുടെ ഗർഭപാത്രത്തിൽ നിർബ്ബാധം നീന്തിക്കളിച്ചുകൊണ്ടിരുന്നു. അവയെ നോക്കിനില്ക്കെ ഡോക്ടർ വാസവിന്റെ മുഖത്ത് കൃതാർത്ഥതയുടെ ചിരി വിടർന്നു. അദ്ദേഹം ഡോക്ടർ ദേവിനെ നോക്കിപ്പറഞ്ഞു:

"രണ്ടും വളരട്ടെ, നല്ല ആരോഗ്യമുള്ള കുട്ടികൾ."

ഒന്നും മിണ്ടാതെ ഡോക്ടർ ദേവ് പുറത്തേക്കു നടന്നു. രണ്ടു കൊലപാതകങ്ങൾ നിശ്ശബ്ദം കണ്ടുനില്ക്കേണ്ടിവന്നതിന്റെ നടുക്കത്തിലായിരുന്നു അദ്ദേഹം.

സിസ്റ്റർ ഷീന ഗ്രെയ്നയുടെ കണ്ണിലെ മൂടി മാറ്റി. അവൾ സ്ക്രീനിലേക്കു നോക്കി. ഇപ്പോൾ അവളുടെ ഉദരപാത്രത്തിൽ രണ്ടു കുഞ്ഞുങ്ങളേയുള്ളു. താൻ രണ്ടു മക്കളുടെ അമ്മയാവാൻ പോകുന്നു എന്ന യാഥാർത്ഥ്യം അവളെ സന്തോഷിപ്പിച്ചു. പക്ഷേ.... ആ വലിയ സന്തോഷത്തിനിടയിലും കൊലചെയ്യപ്പെട്ട രണ്ടു മക്കളെയോർത്ത് അവൾ കണ്ണീർ പൊഴിച്ചുകൊണ്ടിരുന്നു.

തോപ്പുമുക്കിലെ ഭ്രാന്തി

ആദ്യം ഞാനവളെക്കണ്ടത് തോപ്പുമുക്കിലായിരുന്നില്ല; കുണ്ടമൺ കടവു പാലത്തിൽ നിരങ്ങിനീങ്ങുന്ന വാഹനനിരകൾക്കു മുന്നിൽ വട്ടത്തിലും നീളത്തിലുമൊക്കെ ചുവടുവച്ചാടുകയായിരുന്നു അന്നവൾ.

ചുവന്ന ഞൊറിപ്പാവാടയും ചോളിയും ധരിച്ച്, മുടിച്ചുരുളിൽ വാടിയ പൂവിതൾ തിരുകി, നെറ്റിയിൽ ചെമ്മഞ്ഞക്കുറിവരച്ച്, കവിളിണകളിൽ വെളുത്ത പൗഡർ വാരിത്തേച്ച്, കൺതടങ്ങളിൽ കരിമഷി പടർത്തി, കാതിൽ വെള്ളിഞ്ഞാത്തുതൂക്കി, കഴുത്തിൽ കല്ലുമാലകൾ വാരിയണിഞ്ഞ്, കൈനിറയെ ഗിൽറ്റുവളകളും ചുറ്റുമോതിരങ്ങളുമിട്ട്, കാലിൽ വെള്ളിക്കൊലുസും മണിമിഞ്ചിയും ചാർത്തി നഗരവീഥിയിൽ നിറഞ്ഞാടുന്ന ഭ്രാന്തിയെക്കാണാൻ വഴിയാത്രക്കാർ തിക്കിത്തിരക്കി.

വാഹനങ്ങളിൽനിന്നു പതിക്കുന്ന കൗതുകക്കണ്ണുകളെ വകഞ്ഞു മാറ്റാനെന്നപോലെ ഇടയ്ക്കിടെ അവൾ റോഡിന്റെ കറുപ്പിലേക്ക് കാർക്കിച്ചുതുപ്പുകയും ചിറിതുടച്ച കൈത്തലം പാവാടയുടെ ചുവപ്പിൽ ഉരയ്ക്കുകയും ചെയ്തിരുന്നു.

ഗതാഗതക്കുരുക്കഴിക്കാൻ വന്ന പൊലീസുകാരനെക്കണ്ട് സഡൻബ്രേക്കിട്ടതുപോലെ അവൾ നിന്നു! ചോരച്ചുവപ്പാർന്ന കണ്ണുകളിൽനിന്ന് പ്രതികാരത്തിന്റെ തീപ്പൊരി പാറി. നാറുന്ന വായിൽനിന്ന് തെറിവാക്കുകൾ ചിതറി.

ഭ്രാന്തി..... ഭ്രാന്തി..... പുരുഷക്കൂട്ടം കൂകിവിളിച്ചു.

“പോടാ... ഭ്രാന്തി നിന്റച്ഛി.” അവൾ ഉച്ചത്തിൽ വിളിച്ചുപറഞ്ഞു.

കൂക്കുവിളികളെ ഭേദിച്ചുകൊണ്ട് ഒരു പൊലീസ്ജീപ്പ് ചീറിപ്പാഞ്ഞു വന്ന് അവൾക്കരികിൽ നിന്നു. അതിൽനിന്ന് ചാടിയിറങ്ങിയ പൊലീസുകാരൻ ഒരു നികൃഷ്ടജീവിയെ എന്നപോലെ അവളെ തൂക്കിയെടുത്ത് വണ്ടിയിലിട്ടു. അവളുടെ തെറിവാക്കുകൾ തല്ലുകൊണ്ട നായുടെ മോങ്ങലായി അകന്നു പോയി.

പിന്നീട് ഞാനവളെക്കണ്ടത് എന്റെ വീട്ടുമുറ്റത്തായിരുന്നു! എന്തോ

പരതുന്നതുപോലെ അവളുടെ കണ്ണുകൾ ആർത്തിയോടെ വീടിനു ള്ളിലേക്ക് നീളുന്നുണ്ടായിരുന്നു. എന്നെ കണ്ടയുടനെ അവൾ ചോദിച്ചു: "അഞ്ചുരൂപ തരുമോ?"

രൂപ കൊടുത്തപ്പോൾ അടുത്ത ചോദ്യം: "ദോശയും ചായയും തരുമോ?" അതും കൊടുത്തു.

പിന്നെ ആഴ്ചകളോളം എന്നും രാവിലെ കൃത്യം ഏഴുമണിക്ക് അവൾ എന്റെ വീട്ടുപടിക്കൽ എത്തുമായിരുന്നു. ചായയും പലഹാരങ്ങളും കഴിക്കു ന്നതിനിടയിൽ അവളൊരു സ്നിഫിങ് ഡോഗിനെപ്പോലെ ചവിട്ടുപടി യിലും ചപ്പൽസ്റ്റാന്റിലുമൊക്കെ മൂക്കുരസുന്നത് എന്റെ ശ്രദ്ധയിൽപ്പെട്ടു.

"നീയെന്താടീ പൊലീസ്നായെപ്പോലെ?" ഞാൻ ചോദിച്ചു.

"ഇവിടത്തെ ആണുങ്ങളെവിടെ?" എന്റെ മുഖത്ത് തറപ്പിച്ചു നോക്കി ക്കൊണ്ട് അവൾ ചോദിച്ചു.

"ആണുങ്ങളോ? എന്തിനാ?"

"എനിക്കു കാണാൻ."

"ഇവിടെ ആണുങ്ങളാരുമില്ല."

മൂക്കുവിടർത്തി വീണ്ടും മണംപിടിച്ചുകൊണ്ട് അവൾ പറഞ്ഞു:

"ഒണ്ടല്ല്. നിങ്ങള് കള്ളം പറയല്ല്."

എന്റെ വാക്കുകളിലെ കള്ളം കണ്ടുപിടിച്ച അവൾക്ക് ഭ്രാന്താ ണെന്നു വിശ്വസിക്കാൻ എനിക്കായില്ല. ഞാനവളോടു ചോദിച്ചു: നിന്റെ പേരെന്താ പെണ്ണേ?

"പേരുപറഞ്ഞാ കുട്ടപ്പന്നായരെ കാണിച്ചുതരുമോ?"

"കുട്ടപ്പന്നായരോ? അതാരാ?"

"അയ്യോ! നിങ്ങക്കറിഞ്ഞൂടേ?"

"ഇല്ല. ആരാ?"

"എന്നെ കല്യാണംകഴിക്കാമ്പോണ ആളാ." ഒരു നാടൻപെണ്ണിന്റെ നാണത്തോടെ അവൾ പറഞ്ഞു:

"നീ അയാളെ കണ്ടിട്ടുണ്ടോ?"

"ഉം." അവൾ തലയാട്ടി.

കറുപ്പുമുറ്റിയ മുഖത്ത് വെണ്മയുള്ളൊരു ചിരി വിരിയിച്ചുകൊണ്ട് അവൾ പറഞ്ഞു:

"വെളുത്ത നെറോം നല്ല പൊക്കോം ഒക്കെയുണ്ട്."

ഏതോ സുഖനിമിഷങ്ങൾ ഓർത്തെടുക്കുന്നതുപോലെ അവൾ കണ്ണടച്ചിരുന്നു. ആ സ്വർഗ്ഗത്തിൽനിന്ന് അവളെ വിളിച്ചുണർത്താൻ എനിക്ക് മനസ്സുവന്നില്ല. ഞാനെന്റെ ജോലികളിൽ വ്യാപൃതയായി. കുറേക്കഴിഞ്ഞ് വന്നുനോക്കുമ്പോൾ അവൾ അവിടെ ഉണ്ടായിരുന്നില്ല.

അടുത്തദിവസം വല്ലാത്ത ഇളക്കത്തിലായിരുന്നു അവൾ. മുഖം താഴ്ത്തി, നഖംനുള്ളിനിന്ന് എന്നോടു ചോദിച്ചു:

"എനിക്കൊരു സാരി തരുമോ?"

"നിനക്കെന്തിനാ സാരി?"

"കല്യാണത്തിന് ഉടുത്തൊരുങ്ങി നിക്കാൻ."

ഞാനൊരു ചുവന്ന ഷിഫോൺസാരി എടുത്തുകൊണ്ടുവന്നു. അത് കണ്ടയുടനേ അവൾ പറഞ്ഞു:

"ഇതു വേണ്ട. പട്ടുസാരി വേണം. നല്ല കസവൊള്ളത്."

"ഇവിടെ പട്ടുമില്ല പൊന്നുമില്ല. നീ പോ പെണ്ണേ."

അവൾ സങ്കടത്തോടെ നടന്നകലുന്നതു നോക്കിനില്ക്കേ പിന്നിൽനിന്ന് മകൻ ചോദിച്ചു:

"ഭ്രാന്തിയോടാണോ കിന്നാരം? കൊള്ളാം!"

"അതൊരു പാവമാടാ. ആരോ പറ്റിച്ചതാണതിനെ."

"ഇങ്ങനെ അയ്യോപാവം കാണിച്ചാലേ അതിവിടെക്കേറിയങ്ങു താമസിക്കും. പറഞ്ഞില്ലെന്നുവേണ്ട."

പിറ്റേദിവസം കുറേ വൈകിയാണ് അവൾ വന്നത്. പത്രം വായിച്ചു കൊണ്ടിരുന്ന മകനെക്കണ്ട് അത്യാഹ്ലാദത്തോടെ അവൾ വിളിച്ചുകൂവി: "കുട്ടപ്പന്നായര്!"

അരിശത്തോടെ അവൻ എണീറ്റ് അകത്തേക്കുപോയി.

അവളുടെ ചുവന്നുതുറിച്ച കണ്ണുകളിൽനിന്ന് മൂർച്ചയേറിയ കാമ ശരങ്ങൾ അവന്റെ പിന്നാലേ പായുന്നതു ഞാൻ കണ്ടു!

"മേലാൽ നീയിവിടെ വരരുത്" എന്നു വിലക്കിക്കൊണ്ട് വല്ലവിധേ നയും ഞാനവളെ പിടിച്ചുപുറത്താക്കി ഗേറ്റുപൂട്ടി. തിരിഞ്ഞുനോക്കിയത് അരിശംപൂണ്ടുനില്ക്കുന്ന മകന്റെ മുഖത്തേക്കായിരുന്നു.

എനിക്കൊരു താക്കീതെന്നപോലെ അവൻ പറഞ്ഞു "അനുകമ്പ നല്ലതുതന്നെ. പക്ഷേ, എന്നെ ജയിലിലാക്കരുത്."

അവന്റെ വാക്കുകളിൽ അപകടം മണക്കുന്നുണ്ടായിരുന്നു!

പിറ്റേദിവസം പതിവിലും നേരത്തേ അവൾ വന്നു. അകത്തേക്കു നോക്കിക്കൊണ്ട് ചവിട്ടുപടിയിൽ ഇരിപ്പുറപ്പിച്ചു.

"നിന്നോടിവിടെ വരരുതെന്നല്ലേ പറഞ്ഞത്? എണീറ്റുപോ." ഞാൻ ദേഷ്യപ്പെട്ടു.

"നീ പോടീ പിശാശേ. കുട്ടപ്പന്നായരേംകൊണ്ടേ ഞാമ്പോവൂ."

അവൾ എന്നെ വെല്ലുവിളിച്ചുകൊണ്ട് മുറ്റത്തു കുത്തിയിരുന്ന് ഉച്ച ത്തിൽ തെറിപ്പാട്ടു തുടങ്ങി. അവളെ പുറത്താക്കാനുള്ള എന്റെ അടവുകളെല്ലാം പരാജയപ്പെട്ടു. ഗത്യന്തരമില്ലാതെ ഞാൻ പൊലീസ് സ്റ്റേഷനിലേക്കു വിളിച്ചു. പട്രോളിങ്ങിലായിരുന്ന പൊലീസ്ജീപ്പ് എന്നെ സഹായിക്കാനായി പാഞ്ഞെത്തി.

പിന്നീട് ഏറെനാൾ അവളെ കണ്ടതേയില്ല. അവളെപ്പറ്റി ഒന്നും കേട്ടതുമില്ല. എങ്കിലും അവൾക്ക് എന്തുപറ്റി എന്നറിയാനുള്ള താല്പര്യം എന്നെ വിട്ടുപോയില്ല. വഴികളിലൊക്കെ എന്റെ കണ്ണുകൾ അവളെ തിര ഞ്ഞുകൊണ്ടേയിരുന്നു. ഒരുദിവസം പട്രോളിങ്ങിലായിരുന്ന ഒരു പൊലീ സുകാരനോട് ഞാനവളെപ്പറ്റി ചോദിച്ചു. ഏതോ ഒരു കുട്ടപ്പൻനായരെ തിരഞ്ഞുനടക്കുകയാണത്രേ അവൾ. ഓരോ സ്ഥലത്തും കുറേദിവസം തങ്ങി, വീടായവീടെല്ലാം കയറിയിറങ്ങി തിരച്ചിൽ തുടർന്നുകൊണ്ടേയി രിക്കുന്നു. ഇപ്പോൾ അന്വേഷണം തോപ്പുമുക്കിലേക്കു മാറ്റിയിരിക്കുന്നു.

രതിനിദ്ര

ആ ഭ്രാന്തി ചത്തു!

നാവിൽനിന്ന് നാവിലൂടെ വാർത്ത പരന്നു.

ആളുകൾ തോപ്പുമുക്കിലെ കാത്തിരിപ്പുകേന്ദ്രത്തിൽ തടിച്ചുകൂടി.

വന്നുകൂടിയവർക്കെല്ലാം അവളെപ്പറ്റി ഓരോ കഥകൾ പറയാനുണ്ടായിരുന്നു. നഗരത്തിൽനിന്ന് ട്രാൻസ്ഫറായിച്ചെന്ന ഹെഡ്കോൺസ്റ്റബിൾ കുട്ടപ്പൻനായരും അവളും തമ്മിൽ ഇഷ്ടത്തിലായെന്നും വാടകക്വാർട്ടേഴ്സിൽ ഇരുവരും ഒരുമിച്ച് താമസിച്ചുവരവേ പെട്ടെന്നൊരു ദിവസം അയാളെ കാണാതായെന്നുമാണ് ഒരു കഥ.

അധികമായ ലൈംഗികോർജ്ജം തലയ്ക്കുപിടിച്ച് വട്ടായിപ്പോയതാണെന്ന് ഫ്രോയിഡിനെ കൂട്ടുപിടിച്ച് കഥ പറഞ്ഞവരും കൂട്ടത്തിലുണ്ടായിരുന്നു.

കഥകൾ എന്തുതന്നെയായാലും അവളെപ്പറ്റി ആളുകൾ വാതോരാതെ വർത്തമാനം പറഞ്ഞുകൊണ്ടേയിരുന്നു.

"കുറേനാളായല്ലോ ഇതിവിടെയൊക്കെ ചികഞ്ഞുനടക്കാൻ തുടങ്ങിയിട്ട്. എവിടെയുള്ളതാണോ ആവോ?"

"ആർക്കറിയാം!"

"ഭ്രാന്തുവന്നാപ്പിന്നെ നാടും വീടുമുണ്ടോ? സ്വന്തോം ബന്ധോമുണ്ടോ? പൂനിലാവും പൊരിവെയിലും ഒരുപോലെയല്ലേ."

"ഇന്നലെ പകലിരുട്ടുവോളം ആ ഇലക്ട്രിക്പോസ്റ്റും ചാരി കണ്ണും പൂട്ടി ഒരേനില്പായിരുന്നു. അപ്പഴേ തോന്നിയതാ ഇതിന് ചാക്കാലയടുത്തെന്ന്."

"ഇവിടെക്കിടന്ന് പുഴുത്തുനാറുംമുമ്പ് നഗരസഭയെ വിവരമറിയിക്കാം. അവരെടുത്തുകൊണ്ടുപോയി കുഴിച്ചിടുകയോ കത്തിച്ചുകള

യുകയോ എന്താന്നുവച്ചാ ചെയ്യട്ടെ."

വർത്തമാനങ്ങൾ വിരാമമില്ലാതെ തുടർന്നു. കാഴ്ചക്കാർ വന്നും പോയുമിരുന്നു. പലതരക്കാരായ കാഴ്ചക്കാർക്കിടയിൽ, പലപല ആക്ഷേപങ്ങൾക്കിടയിൽ അവളുടെ ഉടൽരഹസ്യങ്ങൾ തുറന്നുകിടന്നു. പ്രായഭേദമെന്യേ, ആൺപെൺഭേദമെന്യേ എല്ലാവരും അതു കണ്ടുനിന്നു. സ്ഥാനംതെറ്റിയ ഉടുവസ്ത്രം നീക്കിയിട്ട് ആ നഗ്നത മറയ്ക്കാൻ ആരും മുന്നോട്ടുവന്നില്ല. അഴുക്കുപിടിച്ചതെങ്കിലും കാണാൻ കൊള്ളാവുന്ന ഒരു പെണ്ണുടലായിരുന്നുവല്ലോ അത്! നിരപ്പുള്ള നെഞ്ചിൽ രണ്ടു കരിമൊട്ടുകൾ കുരുമ്പിച്ചുനിന്നു. ഈച്ചകൾ അവയിന്മേൽ ഉമ്മവച്ചുനടന്നു. മുരുക്കിൻപൂവിനു ചുറ്റും മുള്ളുകളെന്നപോലെ നാഭിച്ചുഴിക്കുതാഴെ നീലരോമങ്ങൾ എഴുന്നുനിന്നു. അവയ്ക്കിടയിലൂടെ ചോണനുറുമ്പുകൾ അരിച്ചുനടന്നു. ഒന്നുമറിയാത്തപോലെ അവൾ അനക്കമറ്റുകിടന്നു.

ചിലർ അതുവഴി വന്ന പൊലീസ്ജീപ്പിനു കൈകാണിച്ചു. ജീപ്പു നിർത്തി ഒരു പൊലീസുകാരൻ ഇറങ്ങിവന്നു. അവളുടെ കിടപ്പുകണ്ട് ചിരിച്ചുകൊണ്ട് അയാൾ പറഞ്ഞു:

"അവൾ രതിനിദ്രയിലാണ്. തനിയേ ഉണർന്നുകൊള്ളും."

ആളുകൾ വന്നുംപോയുമിരുന്നു.

സൂര്യൻ അസ്തമിക്കുന്ന നേരത്ത് വെള്ളത്താടിയും മുടിയും കാറ്റിൽപറത്തി, വെള്ളിവടിയും ചുഴറ്റി ഒരാൾ മേഘമലയിൽനിന്നും ഇറങ്ങിവന്നു, അയാൾ ആൾക്കൂട്ടത്തെ വകഞ്ഞുമാറ്റിക്കൊണ്ട് അവൾക്കരികിലെത്തി. അയാളുടെ തീക്ഷ്ണത മുറ്റിയ കണ്ണുകൾ അവളുടെ അനക്കമറ്റ ശരീരത്തെ ചുറ്റിയുഴിഞ്ഞു. വലതുകൈയിലെ വെള്ളിവടി കൊണ്ട് തെന്നിമാറിക്കിടന്ന ഉടുവസ്ത്രം കോരിയെടുത്ത് അവളുടെ നഗ്നതയ്ക്കുമേലിട്ടു.

അവൾ ഞെട്ടിയുണർന്നു!

"ഫ് നായിന്റെമോനേ നേരേയൊന്നുറങ്ങാനും സമ്മതിക്കൂല്ലേ?"

ഭ്രാന്തമായ ഒരലർച്ചയോടെ അവൾ ചാടിയെണീറ്റു. നക്ഷത്രച്ചുവപ്പാർന്ന കണ്ണുകളിൽനിന്ന് കാമരശ്മികൾ ചിതറിച്ചുകൊണ്ട് അയാളുടെ നേർക്കു നടന്നടുത്തു. അയാൾ പുഞ്ചിരിച്ചുകൊണ്ട് വെള്ളിവടിയും ചുഴറ്റി മേഘമലയിലേക്കു കയറിപ്പോയി.

നിരാശയോടെ അവൾ തിരിച്ചുനടന്നു. വീണ്ടും പഴയതുപോലെ ഇഷ്ടശയനം തുടർന്നു. മെല്ലെമെല്ലെ ഗാഢമായൊരു രതിനിദ്രയിലേക്ക് അവൾ ആഴ്ന്നിറങ്ങി.

ജനക്കൂട്ടം അതു നോക്കി അന്തംവിട്ടുനിന്നു.

അപ്പോൾ ആകാശത്തുനിന്ന് ഒരശരീരിയുണ്ടായി:

"വസ്ത്രത്തേക്കാൾ ശ്രേഷ്ഠം ശരീരവും ശരീരത്തേക്കാൾ ശ്രേഷ്ഠം കാമനകളുമത്രേ."

ജൽപായ്ഗുരിയിലെ അർദ്ധയാമം

അപരിചിതയായ യാത്രക്കാരിക്കുമുന്നിൽ അമ്പരപ്പിന്റെ ദൃശ്യങ്ങൾ തുറന്നിട്ടുകൊണ്ട് പാതിരാമയക്കത്തിൽ ആണ്ടുകിടക്കുന്ന ന്യൂജൽപായ്ഗുരി! തിളങ്ങുന്ന ഹൈമാസ്റ്റ് വെളിച്ചത്തിനു കീഴെ കല്ക്കരിതിന്നു തളർന്ന തീവണ്ടിയെഞ്ചിൻ അണിഞ്ഞൊരുങ്ങി കിടപ്പുണ്ട്. കമ്പിവേലിക്കരികെ തേഞ്ഞുപോയ ഇരിപ്പിടങ്ങളുമായി നിരന്നുകിടക്കുന്ന സൈക്കിൾ റിക്ഷകൾ. യാത്രക്കാരുടെ തിരക്കില്ല. പോർട്ടർമാരുടെ ബഹളമില്ല. അനൗൺസ്മെന്റിന്റെ മുഴക്കമില്ല. യാത്രക്കാർ അറിയേണ്ട കാര്യങ്ങൾ പ്രവേശനകവാടത്തിലെ ഡിസ്പ്ലേ ബോർഡിൽ തെളിഞ്ഞുകൊണ്ടിരിക്കുന്നു. വിശാലമായ മുൻവരാന്തയിൽ അടച്ചുപൂട്ടില്ലാത്ത മോർച്ചറിത്തറയിൽ പോസ്റ്റ്മോർട്ടം കാത്തുകിടക്കുന്ന പ്രേതങ്ങളെപ്പോലെ നിരന്നുകിടക്കുന്ന മനുഷ്യരൂപങ്ങൾ!

യാത്രക്കാരി ഭയപ്പാടോടെ ചുറ്റും നോക്കി: ഇത് പ്രേതനഗരിയോ റെയിൽവേസ്റ്റേഷനോ?

ഭാരിച്ച ട്രോളിബാഗുമുരുട്ടി, വീർത്ത തോൾസഞ്ചിയും താങ്ങി മുന്നോട്ടുനീങ്ങവെ പിന്നിൽനിന്നും ഉറക്കച്ചടവുള്ളൊരു ശബ്ദം: "ബാഗുകൾ ചെക്കു ചെയ്തിട്ടു പോകൂ."

"ഓഹ്." യാത്രക്കാരി തിരിഞ്ഞുനിന്നു. കഞ്ചാവുപൂക്കുന്ന കുന്നുകളെ വൻനഗരങ്ങളുമായി ബന്ധിപ്പിക്കുന്ന റെയിൽവേസ്റ്റേഷനാണല്ലോയിത്! ആയാസപ്പെട്ട് ട്രോളിബാഗ് പൊക്കിയെടുത്ത് മുന്നിൽക്കണ്ട സ്കാനറിൽ വച്ചു. ചീർത്തകണ്ണുകൾ സ്കാനർഡിസ്പ്ലേയിലേക്ക് തുറന്നുവച്ച പൊലീസുകാരൻ പാതിമയക്കത്തിലാണ്. ചെക്കിങ് കഴിഞ്ഞ്, പടിക്കെട്ടുകൾ കയറിയിറങ്ങിച്ചെന്നത് വിജനതപുതച്ചുറങ്ങുന്ന പ്ലാറ്റ്ഫാമിലേക്ക്! കണ്ണെത്തുവോളവും മഞ്ഞവെളിച്ചത്തിൽ മുങ്ങിക്കിട

ക്കുന്ന ശൂന്യത.

പാതിരാനേരത്ത് ഒറ്റയ്ക്കുസഞ്ചരിക്കുന്ന തന്റേടക്കാരിയെ കോൺക്രീറ്റുബഞ്ചുകൾ തുറിച്ചുനോക്കി. നീ കേരളത്തുകാരിയാണല്ലേ എന്ന ചോദ്യവുമായി വൃത്തിയുള്ളൊരു ബഞ്ച് സൗഹൃദംകാട്ടിച്ചിരിച്ചു. അതിന്മേൽ തോൾസഞ്ചി ഇറക്കിവച്ച്, ട്രോളിബാഗ് കാല്ക്കൽ ചേർത്തുവച്ച്, ചുറ്റുപാടുകളിലേക്ക് പായിച്ച കണ്ണുകളിൽ തെളിഞ്ഞത് മദ്ധ്യയാമത്തിന്റെ നിശ്ശബ്ദതയിൽ നീണ്ടുകിടക്കുന്ന റെയിൽപ്പാളങ്ങൾ. പാളങ്ങൾക്കപ്പുറത്ത് ആളനക്കമില്ലാത്ത വിശാലമായ കാത്തിരിപ്പിടം, അതിനുമപ്പുറത്ത് ഉറക്കംതൂങ്ങുന്ന സേവനമുറികൾ...

"ഇത് നിശ്ശബ്ദസുന്ദരമായ പ്രേതഭൂമിയിലെ റെയിൽവേസ്റ്റേഷൻ. അസമയത്ത് അതിക്രമിച്ചെത്തിയ മനുഷ്യസ്ത്രീയേ ഞങ്ങളുടെ സുഖനിദ്രയ്ക്ക് ഭംഗം വരുത്താതിരിക്കൂ..."

ചുരങ്ങളിലൂടെ ചൂളംവിളിച്ചെത്തിയ ശീതക്കാറ്റിനൊപ്പം ഒരശരീരി കൂടി മന്ത്രിക്കുന്നുവോ! യാത്രക്കാരി മങ്കിക്യാപ്പുകൊണ്ട് ചെവിരണ്ടും മൂടി.

വണ്ടിയെത്തുന്നതിനുമുമ്പ് ഒരുറക്കത്തിനുള്ള സമയം ബാക്കിയുണ്ട്. പക്ഷേ... ഉറങ്ങുന്നതിനിടയിൽ ബാഗുകൾ മോഷണംപോയാലോ? അതിനുള്ളിൽ പല സ്ഥലങ്ങളിൽനിന്നായി ബന്ധുക്കൾക്കുവേണ്ടി വാങ്ങിയ വിശേഷപ്പെട്ട വസ്ത്രങ്ങളും കരകൗശലവസ്തുക്കളുമുണ്ട്, സുഹൃത്തുക്കൾക്ക് സമ്മാനിക്കാനുള്ള സിക്കിമിലെ ബുദ്ധനും പുരിയിലെ ജഗന്നാഥനും കൊണാർക്കിലെ സൂര്യദേവനും ചന്ദ്രഭാഗയിലെ ചകിരിനിർമ്മിതികളുമൊക്കെയുണ്ട്. ആഴ്ചകൾനീണ്ട സാഹസയാത്രയുടെ അവസാനഘട്ടത്തിലാണല്ലോ മദ്ധ്യവയസ്സു പിന്നിട്ട ഈ യാത്രക്കാരി.

ഉറക്കംപൂണ്ടടയുന്ന കണ്ണുകളെ ബലമായി തുറന്നുപിടിച്ചിരിക്കെ പടിക്കെട്ടിനു പിന്നിൽനിന്ന് രണ്ടു തുറിച്ചകണ്ണുകൾ തന്നിലേക്കു നീളുന്നതായി യാത്രക്കാരിക്കു തോന്നി. മറ്റുയാത്രക്കാരാരെങ്കിലും വരുന്നുണ്ടോ എന്ന് തിടുക്കപ്പെട്ട് തിരിഞ്ഞുനോക്കുന്നതിനിടയിൽ പിന്നിൽ പതുങ്ങിനിന്ന കണ്ണുകളുടെ ഉടമ യാത്രികയുടെ മുന്നിലെത്തി. പെണ്ണിന്റെ ചർമ്മം പുതച്ച ഒരസ്ഥികൂടമായിരുന്നു അത്. മുഷിഞ്ഞ നൈലോൺസാരിയും ബ്ലൗസും കൊണ്ട് പുറംപൊതിഞ്ഞ ആ വികൃതരൂപത്തിന്റെ താടിയെല്ലുകൾ തുറന്നടഞ്ഞു. പോകേണ്ട ട്രെയിനിന്റെ പേരും സമയവും ചോദിച്ചതാണെന്നു മനസ്സിലാക്കിയ യാത്രക്കാരി വിവരം പറഞ്ഞു. സമയമെത്രയായി എന്നാണ് അടുത്തചോദ്യമെന്നു കരുതി വാച്ചിൽനോക്കി കൃത്യസമയം പറഞ്ഞുകൊടുത്തു.

ഇനിയും സമയമുണ്ട് എന്ന് പിറുപിറുത്തുകൊണ്ട് ആ രൂപം യാത്രക്കാരിക്കരികിൽ കുത്തിയിരുന്ന് ഒരു മോഷ്ടാവിന്റെ ആർത്തിയോടെ അവരുടെ കൈയിലും കാതിലും കഴുത്തിലുമൊക്കെ കണ്ണെറിഞ്ഞു. സ്വയരക്ഷയെന്നോണം തലയും മേലും ദുപ്പട്ടകൊണ്ട് മൂടി ബാഗുകൾ ശരീരത്തോടു ചേർത്തുപിടിച്ച് യാത്രക്കാരി ഉണർന്നിരുന്നു.

കുറേക്കഴിഞ്ഞപ്പോൾ ഒരു ചെറുപ്പക്കാരൻ പടികളിറങ്ങിവരുന്നതും ആ സ്ത്രീരൂപം എണീറ്റ് അയാളുടെ അരികിലേക്ക് പോകുന്നതും കണ്ടു. എന്തൊക്കെയോ നിർദ്ദേശങ്ങൾ കൈമാറിയശേഷം അയാൾ അവിടെയൊക്കെ ചുറ്റിപ്പറ്റിനില്ക്കുകയും സ്ത്രീരൂപം വീണ്ടും തന്റെയരികിൽ നിലയുറപ്പിക്കുകയും ചെയ്തതോടെ. യാത്രക്കാരിയുടെ മനസ്സിൽ ഭയവിചാരങ്ങളുടെ തുള്ളിയാട്ടം തുടങ്ങി. തീർച്ചയായും ഇവർ മോഷ്ടാക്കൾ തന്നെ. ഏതുനിമിഷവും തന്റെ കഴുത്തിലെ സ്വർണ്ണച്ചെയിൻ പൊട്ടിച്ചെടുത്തേക്കാം, കമ്മലുകൾ കാതോടെ പറിച്ചെടുത്തേക്കാം, കൈത്തണ്ടയിലെ ഇറുകിയ വളകൾ കൈയോടെ മുറിച്ചെടുത്തേക്കാം. ചുവപ്പിൽ മുങ്ങിയ സ്വന്തം ശരീരം കാഴ്ചയിൽ നിറച്ചുകൊണ്ട് യാത്രക്കാരിയുടെ ഉൾനാവ് സഹായത്തിനായി നിലവിളിച്ചു. കേൾവിക്കാരില്ലാത്ത നിലവിളികളെ സ്വയം വിഴുങ്ങിക്കൊണ്ട് അവർ മോഷ്ടാക്കളിൽത്തന്നെ മിഴിനട്ടിരുന്നു.

ഈ മോഷ്ടാക്കൾ തന്റെ കണ്ണുകളിൽ ഉറക്കമെത്തുന്നതും കാത്തുനില്പാണോ? യാത്രക്കാരി കണ്ണുകളിൽനിന്ന് ഉറക്കത്തെ ഓടിച്ചുവിട്ടു. ആശങ്കയുടെ മറ്റൊരു നിമിത്തമെന്നപോലെ ഇഴഞ്ഞെത്തിയ ഭാരവണ്ടി മുന്നിലെ പാളത്തിൽ നിലയുറപ്പിച്ചു.. തുറന്ന ബോഗികളിൽ വെളുത്ത പാറകൾ കൂർത്തുനില്ക്കുന്നു. ഏതോ കുന്നിന്റെ അസ്ഥിത്തുണ്ടുകൾ! പുതിയപാതകൾക്ക് നിലമൊരുക്കാനാവും.

പിന്നിൽ ആളൊഴിഞ്ഞ യാത്രാവണ്ടി. മുന്നിൽ നിർത്തിയിട്ട പാറവണ്ടി. ഏകാകിയായി ഒരു തുരങ്കത്തിൽ അകപ്പെട്ടാലെന്നപോലെ യാത്രക്കാരിയുടെ ഉള്ളം ഭയംകൊണ്ട് നിറഞ്ഞു.

ഒളിസ്ഥലങ്ങളിൽനിന്ന് പുറത്തുചാടിയ എലികൾ ബാഗിനു ചുറ്റും ഓടിക്കളിക്കാൻ തുടങ്ങിയതോടെ ഉളിപ്പല്ലന്മാരായ എലികളും ആശങ്കകളിൽ കടന്നുകൂടി. വീട്ടിലെ കുട്ടികൾക്കായി ഭൂട്ടാനിലെ ആപ്പിളും ചുവന്നരി വറുത്തതും ബംഗാൾകേക്കും കരുതിവച്ച ട്രോളിബാഗ് മുന്നിലേക്ക് നീക്കിവച്ച് സിപ്പുകൾ ഭദ്രമാണെന്നുറപ്പുവരുത്തുമ്പോൾ ഒരു പതാകച്ചുരുൾ കണ്ണിൽ തെളിഞ്ഞു. അത് ഹിമാലയത്തിന്റെ താഴ്വരയിലുള്ള പുരാതനമായ ബുദ്ധക്ഷേത്രത്തിലെ പ്രവചനസിദ്ധിയുള്ളൊരു സന്ന്യാസി നാളും പേരും നോക്കി തെരഞ്ഞെടുത്തുനല്കിയ പ്രാർത്ഥനാപതാകയായിരുന്നു. അതിലെഴുതിയിരിക്കുന്ന ഉച്ചാടനമന്ത്രങ്ങളും പ്രാർത്ഥനകളും സകലവിധ ബാധകളിൽനിന്നും കാത്തുകൊള്ളുമെന്ന സന്ന്യാസീവചനം മഞ്ഞുമലകൾ തുളച്ച് കാതിലെത്തി. ദിവ്യമായൊരു കാവൽമന്ത്രം കൈയിലുള്ളപ്പോൾ താനെന്തിനാണ് മോഷ്ടാക്കളെയും എലികളെയും ഭയപ്പെടുന്നത്! യാത്രക്കാരി പ്രാർത്ഥനാപതാക പുറത്തെടുത്ത് ചുരുൾനിവർത്തിനോക്കി. അതിൽ ബുദ്ധന്മാരുടെ രക്ഷാമൂർത്തിയായ ഗുരുപത്മസംഭവ പത്നിമാരായ മെന്തരാവയോടും യെഷേ സൊഗ്യാലിനോടുമൊപ്പമുള്ള ചിത്രം മുദ്രണം ചെയ്തിരിക്കുന്നു. അതിനു താഴെയായി പ്രകൃതിവർണ്ണങ്ങൾ ചാലിച്ചെഴുതിയ പ്രാർത്ഥനാമന്ത്രങ്ങ

ളും. വായിക്കാനറിയാത്ത മന്ത്രങ്ങളിൽ മിഴിനട്ട് യാത്രക്കാരി ഗുരുവിനെ സ്മരിച്ചു.

ചോരയൂറ്റുന്ന കൊതുകുകളെ ആട്ടിത്തുരത്തിയും ഇടയ്ക്കിടെ മുഴങ്ങുന്ന അറിയിപ്പുകൾക്ക് കാതോർത്തുമിരിക്കെ സ്പെഷ്യൽട്രെയിനിലേക്കുള്ള രണ്ടു യാത്രക്കാർ കൂടി വന്നുചേർന്നു. യാത്രക്കാരിയുടെ മുഖത്ത് ഭയമോചനത്തിന്റെ തെളിച്ചം പരന്നു. മോഷ്ടാക്കളുടെ മുഖത്ത് നിരാശ പടരുന്നതും ചെറുപ്പക്കാരൻ തുറിച്ചുനോട്ടക്കാരിയെ അരികിൽവിളിച്ച് എന്തോ പറഞ്ഞിട്ട് പടിക്കെട്ടുകൾ കയറിപ്പോകുന്നതും കണ്ടു.

പൊടുന്നനെ മറ്റൊരു ചെറുപ്പക്കാരൻ പ്രത്യക്ഷപ്പെട്ടു. പ്രതീക്ഷയോടെ അരികിലെത്തിയ സ്ത്രീരൂപത്തോട് "ഇതിൽ ഒന്നുമില്ല" എന്ന് വേവലാതിപ്പെട്ടുകൊണ്ട് കൈയിലിരുന്ന മണിപേഴ്സ് പാളങ്ങൾക്കിടയിലേക്ക് വലിച്ചെറിഞ്ഞു. അതിന്റെ തുറന്ന വായിൽനിന്ന് പുറത്തുചാടിയ കടലാസുതുണ്ടുകൾ ഏതോ അപരിചിതന്റെ യാത്രാരേഖകളുടെയും വിസാകാർഡിന്റെയുമൊക്കെ രൂപത്തിൽ അനാഥമായിക്കിടന്നു. സാമ്പത്തികമനുഷ്യന്റെ ജീവിതത്തിന് അത്യാവശ്യമായ കാർഡുകളും കടലാസുകളും പാഴ്വസ്തുക്കൾ മാത്രമായി മാറുന്ന കാഴ്ച കണ്ട് അമ്പരന്നിരുന്ന യാത്രക്കാരിക്കു മുന്നിലൂടെ ഒരു കായികതാരത്തിന്റെ മെയ്വഴക്കത്തോടെ അയാൾ പാറവണ്ടി ചാടിക്കടന്ന് പുറത്തേക്കുള്ള വഴിയിൽ മറഞ്ഞു.

സമയം രണ്ടുനാല്പത്. അഞ്ചുമിനിറ്റ് മാത്രം ബാക്കി. മൂന്നാംനമ്പർ പ്ലാറ്റ്ഫോമിൽ പാറവണ്ടി. സ്പെഷ്യൽ ട്രെയിൻ എവിടെയായിരിക്കും എത്തുക? യാത്രക്കാരിക്ക് അങ്കലാപ്പായി.

ഒടുവിൽ, ആശങ്കയ്ക്ക് വിരാമമിട്ടുകൊണ്ട് അറിയിപ്പു മുഴങ്ങി: കമാഖ്യ-സെൽദ സ്പെഷ്യൽ ട്രെയിൻ ഇരുപതുമിനിറ്റ് വൈകിയോടുന്നു. ഓഹ്, സമാധാനമായി. അപ്പോഴേക്കും പാറവണ്ടി പോകുമായിരിക്കും.

ഇതിനകം നാലഞ്ചു യാത്രക്കാർകൂടി എത്തിച്ചേർന്നിരുന്നു. ചിലർ റെയിൽവേയുടെ കൃത്യനിഷ്ഠയില്ലായ്മയിൽ കുണ്ഠിതപ്പെട്ടുകൊണ്ട് പ്ലാറ്റ്ഫോമിലേക്കിറങ്ങാതെ മേല്പാലത്തിൽത്തന്നെ നില്പാണ്; അവസാനനിമിഷം പ്ലാറ്റ്ഫോമിനും മാറ്റം വന്നാലോ?

മൂന്നുമണി കഴിഞ്ഞപ്പോഴേക്കും പാറവണ്ടി മെല്ലെമെല്ലെ മുന്നോട്ടു നീങ്ങി. മേല്പാലത്തിൽ നിന്നവർ പ്ലാറ്റ്ഫോമിലേക്കിറങ്ങിവന്നു. കുശലവർത്തമാനങ്ങളും ഒച്ചയനക്കങ്ങളുമായി പ്ലാറ്റ്ഫോമിന് ജീവൻവച്ചു. ഭയാശങ്കകളകന്ന യാത്രക്കാരിയുടെ തെളിഞ്ഞ കണ്ണുകൾ തുറിച്ചുനോട്ടക്കാരിയെ തിരഞ്ഞു. അവൾ പടിക്കെട്ടിനടിയിൽ തലമൂടിക്കിടക്കുന്ന മനുഷ്യരൂപത്തിനരികിൽ തളർന്നിരുന്ന് കണ്ണീർവാർക്കുന്നു! മറുപടി കിട്ടാത്തൊരു ചോദ്യം യാത്രക്കാരിയുടെ മനസ്സിലൂടെ മിന്നൽച്ചീളുപോലെ കടന്നുപോയി.

അനുബന്ധം

കലുഷിതകാലത്തിന്റെ സമ്മർദ്ദ സംഘർഷങ്ങൾ ഏറ്റുവാങ്ങുന്ന കഥകൾ

സുലോചനാ രാംമോഹൻ

പതിവുമാതൃകകൾ വിച്ഛേദിക്കപ്പെടുന്നതിന് സാക്ഷ്യംപിടിക്കുന്ന സമകാലകഥകൾ "കാലാതീതമായി വർത്തിക്കുന്നതും ശാശ്വതസത്യമായതും മാത്രമാണ് കഥ" എന്ന കാല്പനികമോഹത്തെ മറികടക്കുകയെന്ന ദൗത്യംകൂടി ഏറ്റെടുക്കുന്നുണ്ട്. കഥയുടെ ലാവണ്യാനുഭവത്തെ പുനർനിർമ്മിച്ചുകൊണ്ട് വായനയെ നവീകരിക്കേണ്ട ബാദ്ധ്യതയിൽ വായനക്കാർ ഒരുപക്ഷേ, അസ്വസ്ഥരായേക്കാം. എങ്കിലും മലയാളകഥയുടെ സമകാല അവസ്ഥ ഉണർവ്വിന്റേതാണ്. കാലികമായ രാഷ്ട്രീയ/സാമൂഹ്യ/പാരിസ്ഥിതിക പ്രശ്നങ്ങളെ അഭിസംബോധന ചെയ്തുകൊണ്ട് കഥാഘടനയെ പരിഷ്കരിച്ചും വ്യക്തിഗത പാഠഭേദങ്ങൾക്ക് ഇടം നല്കിയും കഥാരചന വികസിക്കുമ്പോൾ അരികുവല്ക്കരിക്കപ്പെട്ട ജനതയുടെ ഉയിരും ഉണർവ്വുംകൂടി പകർത്തുവാൻ അത് കരുത്തുകാട്ടുന്നു.

ലൈംഗികത, സദാചാരം തുടങ്ങിയ വിഷയങ്ങളിൽ ആൺപെൺ ഭേദം മറന്ന് തീക്ഷ്ണമായി പ്രതികരിക്കുന്നതാണ് പുതുതലമുറയുടെ എഴുത്തുകൾ. നിഗൂഢവും അപക്വവുമായ സദാചാരസമസ്യകളെ ഉരുക്കഴിക്കുന്ന കഥാകൃത്തിനുമുന്നിൽ എഴുത്ത് ചെറുത്തുനില്പായും സ്വാതന്ത്ര്യപ്രഖ്യാപനമായും രൂപം മാറുമ്പോൾ അതിയുക്തികളും അതീന്ദ്രിയ അറിവുകളും അപ്രസക്തവുമാകുന്നു. മുറിവുകളും ചതവുകളും ഏറ്റുവാങ്ങി ഏങ്കോണിച്ചുപോകുന്ന ജീവിതങ്ങൾക്കുമേൽ അടയിരിക്കുന്ന കഥാകൃത്തിന് സ്വകാര്യതയും സ്വച്ഛചിന്തയും അന്യപ്പെടുകയാണ്. ഇന്നലെകളുടെ ഗൃഹാതുരഭംഗിയും നാളെകളുടെ പ്രതീക്ഷാനിർഭര സ്വപ്നങ്ങളും ചോർത്തിക്കളയുന്ന ഭീതിദമായ ഒന്ന് കാർന്നുതിന്നുന്ന മനസ്സ് എഴുത്തിനുള്ള ചോദനമാകുന്നു..

മഴയെ സ്നേഹിക്കുന്ന പെൺകുട്ടി, വലക്കണ്ണികളിൽ കാണാത്തത്, ആകാശത്തേക്ക് പറക്കുന്ന അക്ഷരങ്ങൾ, സിംഹമുദ്ര എന്നീ കഥാസമാഹാരങ്ങൾക്കുശേഷം *ജൽപായ്ഗുരിയിലെ അർദ്ധയാമ*ത്തിലെത്തിനില്ക്കുന്ന എസ് സരോജവും കലുഷിതമായ കാലത്തിന്റെ സമ്മർദ്ദസംഘർഷങ്ങളിലേക്കുതന്നെയാണ് കൺതുറക്കുന്നത്. ജാതി, മത, വർഗ്ഗീയ ധ്രുവീകരണങ്ങൾക്ക് വിധേയമാക്കപ്പെടുന്ന അരികുമനുഷ്യരുടെ പ്രശ്നങ്ങളും ദളിത്/സ്ത്രീ/പരിസ്ഥിതി വിഷയങ്ങളും കണ്ടെടുത്ത് തന്റേതായ നിലപാടുതറയിൽ ഉറച്ചുനിന്നുകൊണ്ട് അവയെ തീക്ഷ്ണതരമായി അവതരിപ്പിക്കുന്നു. എന്നാൽ കഥയുടെ രൂപഘടനയെ രണ്ടാംസ്ഥാനത്തേക്ക് തള്ളുന്ന തരത്തിൽ പ്രമേയാധിപത്യം സ്ഥാപിക്കുന്നുമില്ല. പ്രമേയവും ക്രാഫ്റ്റും ഒരേപോലെ പ്രധാനമാവുമ്പോൾ കഥാശില്പത്തിന് ലാവണ്യശോഭയേറുന്നതിന് "കല്യാണിയുടെ ചിരി", "മീൻപിടിക്കുന്നതും ഒരു കലയാണ്", "കന്യാനിർമ്മിതി", "കൺട്രോൾ ചിപ്പ്", "ഉത്തരംതേടുന്ന ചോദ്യങ്ങൾ" എന്നിങ്ങനെയുള്ള കഥകൾ സാക്ഷ്യംവഹിക്കുന്നു. നൂതനസാങ്കേതികവിദ്യ മനുഷ്യജീവിതത്തിൽ ചെലുത്തുന്ന സ്വാധീനങ്ങളും അവയുടെ പരിണതഫലങ്ങളും സൂക്ഷ്മമായി വിലയിരുത്തിയുള്ള ഈ രചനാരീതി കറതീർന്ന ഒന്നായി രൂപപ്പെടുവാൻ വെമ്പുന്നതായി അനുഭവപ്പെടുന്നു.

ജൽപായ്ഗുരിയിലെ അർദ്ധയാമം എന്ന അപരിചിത ശീർഷകം വായനക്കാരന്റെ മനസ്സിൽ പതിയുന്ന ഒന്നാണ്. ശീർഷക കഥയുടേതുപോലെതന്നെ ആകർഷകവും വ്യത്യസ്തവുമായ പേരുകളാണ് മിക്ക കഥകൾക്കും. കേട്ടുമറന്ന കഥകളല്ല, ഉദ്വേഗജന്യമായ പുതുകാല വർത്തമാനങ്ങളാണ് തനിക്ക് പറയാനുള്ളത് എന്ന കഥാകാരിയുടെ വാഗ്ദാനമാണ് അവയിൽ പ്രതിഫലിക്കുന്നത്. "മുഖങ്ങളുടെ വർത്തമാനം" എന്ന കഥയിൽ സൈബർലോകത്തുവച്ച് പരിചയപ്പെടുന്ന രണ്ടുപേരുടെ - സ്ത്രീയും പുരുഷനും - സങ്കീർണ്ണ വികാരങ്ങൾ ഇഴചേർത്തെടുക്കുകയാണ് കഥാകാരി. കേവലം മുഖങ്ങളായി വെർച്വൽ ലോകത്ത് പ്രത്യക്ഷപ്പെടുമ്പോൾ നേർക്കാഴ്ചകളോ നേരറിവുകളോ ഇല്ലാതെ നിർമ്മിച്ചെടുക്കുന്ന ഉപരിപ്ലവവും യാഥാർത്ഥ്യങ്ങളോട് പൊരുത്തപ്പെടാത്തതുമായ ബന്ധങ്ങൾ പലപ്പോഴും വിമർശവിധേയമാവാറുണ്ട്. സൈബർ കുറ്റകൃത്യങ്ങൾ വ്യാപകമാവുന്ന സാമൂഹ്യമാധ്യമ കാലത്ത് സ്ത്രീയാണ് കൂടുതൽ കരുതലോടെ സൈബർ ഇടപെടലുകൾ നടത്തേണ്ടത് എന്ന അലിഖിത താക്കീതുമുണ്ട്. എന്നാൽ സ്വന്തം വ്യക്തിത്വത്തെയും അതിന്റെ ദൗർബല്യങ്ങളെയും മറച്ചുവച്ചുകൊണ്ട് തികച്ചും സ്വതന്ത്രവും സങ്കോചരഹിതവുമായ ആശയവിനിമയത്തിനുള്ള തുറന്ന ഇടമായി സൈബർസ്പേസിനെ കാണുന്ന സ്ത്രീകളുടെ എണ്ണം വർദ്ധിച്ചുവരുന്നു എന്നതൊരു വസ്തുതയാണ്. വീടിനുള്ളിൽ പ്രകടിപ്പിക്കാനാവാത്ത, വീർപ്പുമുട്ടിക്കുന്ന ആസക്തികളെയും വൈകാരിക സമ്മർദ്ദങ്ങളെയും അവൾ അഴിച്ചുവിടുന്നത് ഈയൊരു മായികലോകത്താണ്. സാമൂഹ്യ

മായ അനേകം വിലക്കുകളിൽനിന്ന് സ്വന്തം സ്വത്വത്തെ ഊരിയെടുത്ത് സ്വത്വമെന്നതിനെത്തന്നെ ഇല്ലായ്മചെയ്യുന്ന വിമോചനപ്രക്രിയയിലേക്ക് നീങ്ങാൻ അവൾക്കവിടെ നിഷ്പ്രയാസം സാധിക്കുന്നു. വീടിനുള്ളിൽത്തന്നെ ഒരു കംപ്യൂട്ടറിനുമുന്നിലിരുന്ന് അപരലോകങ്ങൾ സൃഷ്ടിക്കുന്ന സ്ത്രീ ഇന്നൊരു സാമൂഹ്യചോദ്യചിഹ്നം തന്നെയായി മാറിയിട്ടുണ്ട്. അപരിചിതമായ അനേകം സ്വാധീനങ്ങളുടെ ഇരയായി അവൾ യഥാർത്ഥമായ ജീവിതാനുഭൂതികളിൽനിന്നും അകന്നുപോവുമ്പോഴുള്ള നിസ്സഹായാവസ്ഥയും ഇന്നിന്റെ സത്യങ്ങളായി വായിച്ചെടുക്കേണ്ടതുണ്ട്.

അഭ്യസ്തവിദ്യയും വിധവയുമായ ഒരു സാധാരണസ്ത്രീയുടെ സൈബർ അനുഭവങ്ങളാണ് "മുഖങ്ങളുടെ വർത്തമാനം.". ആത്മീയതയുടെ പാരമ്യതയിലെത്തിനില്ക്കുന്ന ഒരു യോഗിവര്യനിൽ ആകൃഷ്ടയാകുന്ന നമിതയുടെ സ്ത്രൈണവികാരങ്ങൾ വേലിയേറ്റ/ഇറക്കങ്ങളിലൂടെ കടന്നുപോകുന്നതിന്റെ നേർരേഖ കാണാമിതിൽ. വൈധവ്യത്തിന്റേതായ ഏകാന്തത്തടവറയിൽനിന്നും അവളെ രക്ഷിക്കാമെന്ന ഉറപ്പുമായി യോഗിവര്യൻ പ്രലോഭിപ്പിക്കുമ്പോൾ അവൾ സത്യവും അസത്യവുമായ ലോകങ്ങൾക്കിടയിൽ നട്ടംതിരിഞ്ഞുപോകുന്നു. എന്നാൽ "കെട്ടുപിണഞ്ഞുകിടക്കുന്ന ബന്ധങ്ങളുടെയും ബന്ധനങ്ങളുടെയും ചരടുകൾ പൊട്ടിച്ചെറിയാൻ താൻ അശക്തയാണ്" എന്ന് അവൾ തിരിച്ചറിയുന്നുണ്ട്. ഉത്തമമായ ഒരു സൗഹൃദം കാംക്ഷിച്ച അവൾ, സ്വാമിജി തന്നെ ഒരു പെൺശരീരം മാത്രമായിട്ടാണോ കാണുന്നത് എന്ന സംശയം ദൃഢമാവുമ്പോൾ ആ മായികലോകം വച്ചുനീട്ടുന്ന സ്വപ്നതുല്യസുഖങ്ങൾ വേണ്ടെന്നുവയ്ക്കുകയാണ്. സ്വന്തം ജീവിതത്തെക്കുറിച്ച് സ്വയം ഉറപ്പിച്ചെടുക്കുന്ന വിശ്വാസങ്ങളാണ് സ്ത്രീക്ക് ശക്തിയാവുന്നത് എന്ന് കഥാകാരി ഇവിടെ അടിവരയിടുകയാണ്. ധിഷണയും വികാരവും തമ്മിലുള്ള വടംവലിയിൽ ധിഷണ പലപ്പോഴും തോറ്റുപോകുന്നതിന്റെ പ്രത്യാഘാതങ്ങൾ മനസ്സിലാക്കി മെനഞ്ഞ ഒരു സ്ത്രീരചനയായി വായിക്കാം ഈ കഥയെ.

എന്നാൽ "സ്ത്രീകളുടെ ശ്രദ്ധയ്ക്ക്" എന്ന കഥയിൽ നാം കാണുന്നത് ഭൗതികസുഖങ്ങൾ ആവോളം ആസ്വദിക്കുന്ന സുഷമാദേവിയെന്ന പുതുകാല പ്രൗഢയെയാണ്. കുടുംബത്തിന്റെ ഭാവിഭദ്രതയ്ക്കുവേണ്ടി മണൽക്കാറ്റുവീശുന്ന മരുഭൂമിയിൽ ജോലിചെയ്യുന്ന ഭർത്താവിന്റെ അഭാവത്തിൽ കാമുകനുമൊത്ത് രമിക്കുന്നതിൽ അല്പംപോലും മനശ്ചാഞ്ചല്യമില്ല ഈ സുന്ദരിക്ക്. "കൗമാരക്കാർ മുതൽ കിഴവികൾ വരെ" അതും ഫ്രാൻസിലും ആസ്ട്രേലിയയിലും ജർമ്മനിയിലും റഷ്യയിലും ചൈനയിലും ഒക്കെയുള്ളവർ ആരാധികമാരായി ചുറ്റുംകൂടുന്ന വിശ്വപ്രശസ്ത കലാകാരനായ സുനിൽശങ്കറാണ് അവളുടെ ഇഷ്ടപുരുഷൻ. അവർ തമ്മിലുള്ള ഇടപെടലുകളിലെ അതിസ്വാതന്ത്ര്യവും കുറ്റബോധമില്ലാത്ത ആസക്തിപ്രകടനവും തുല്യപദവിയോടെയുള്ള രതി ആസ്വാദനവും കാലികമായ സ്ത്രീപുരുഷബന്ധത്തിന്റെ സത്യസന്ധമായ വിചിന്തനങ്ങൾ

തന്നെ. എന്നാൽ കഥയുടെ അന്ത്യം അത്രതന്നെ സുതാര്യമല്ല. സ്ത്രീയെപ്പോലെ തന്നെ പുരുഷനും വിപണിയുടേതായ ഒരു വില്പന ച്ചരക്കായി മാറാവുന്നതേയുള്ളൂ എന്ന മുന്നറിയിപ്പ് കഥാകാരി സമർത്ഥ മായി ഒളിപ്പിച്ചുവച്ചിരിക്കുന്നു! സ്വർണ്ണക്കടയുടെ പരസ്യമോഡലായ സുനിൽശങ്കർ പരസ്യപ്പെടുത്തുന്നത് തന്റെ പൗരുഷം എന്ന "വിലപിടി പ്പുള്ള'' വിപണനവസ്തുവിനെക്കൂടിയാണോ എന്ന ചോദ്യമാണ് കഥാന്ത്യം അവശേഷിപ്പിക്കുന്നത്. സ്ത്രീകളെ ആകർഷിക്കുന്ന എന്തും വിപണനമൂല്യമുള്ളവയാണ് എന്ന മാർക്കറ്റ് റിസർച്ച് കണ്ടുപിടിത്ത മാണ് ഈ കഥയ്ക്ക് വ്യത്യസ്തഭാഷ്യം ചമയ്ക്കുന്നത്.

"കന്യാനിർമ്മിതി" ചോദ്യംചെയ്യുന്നത് കന്യക എന്ന സങ്കല്പത്തെ തന്നെയാണ്. പുല്ലിംഗമില്ലാത്ത പദങ്ങളായ "കന്യക," "വേശ്യ," "പതി വ്രത" എന്നിവയെല്ലാംതന്നെ സ്ത്രീപക്ഷചിന്തയുടെ പ്രവേശത്തോടെ ഏകപക്ഷീയമായതും വ്യക്തിഗത വിചിന്തനത്തിന് അപ്രസക്തമായതും ആയി മാറ്റിവയ്ക്കപ്പെട്ടവയാണ്. എന്നാലിവിടെ കഥാകാരി ഒരുപടികൂടി കടന്ന്, കന്യകാത്വം ഒരു വ്യാജനിർമ്മിതിയായി രൂപപ്പെടുത്തുന്ന പുതു കാല വിപണിയിലേക്ക് വിരൽ ചൂണ്ടുകയാണ്.

വിവാഹത്തിനുമുമ്പ് കന്യകാത്വപരിശോധന നടത്തുന്ന ഒരു കൂട്ട രുണ്ടെന്നും കന്യാചർമ്മം ഭേദിക്കപ്പെട്ട പെൺകുട്ടികൾക്കായി അവ നിർ മ്മിച്ചുനല്കുന്ന ഡോക്ടർമാർ ഉണ്ടെന്നും വായനക്കാർ അറിയുന്നത് ഞെട്ടലോടെയാണ്. ചെറുപ്രായത്തിലുള്ള പെൺകുട്ടികളെ കെണി യിൽപ്പെടുത്തി ഭോഗിക്കുന്ന ധനികരായ ഉപഭോക്താക്കൾ തന്നെയാണ് ഡോക്ടർമാർക്ക് വൻതുക നല്കി ഈ ഓപ്പറേഷൻ നടത്തിയെടുക്കു ന്നതും. താൻ കല്യാണംകഴിക്കുന്ന പെൺകുട്ടി കന്യകയായിരിക്കണ മെന്ന പുരുഷനിർബ്ബന്ധത്തെ പരിഹാസത്തിന്റെ നൂലിഴയിൽ കോർത്തു മെനഞ്ഞതാണ് ഈ കഥ.

സൈബർകായലിൽ ചൂണ്ടയിട്ട് ഇരപിടിക്കുന്നത് ഒരാധുനിക കല യാണ്. കാർത്തിക്കും മീനയും ആ കലയിൽ നൈപുണ്യമുള്ളവരാണ്. ചൂണ്ടയിൽ കോർത്തെടുക്കുന്ന മീനുകളെ തങ്ങൾക്കിഷ്ടമുള്ളതുപോലെ പാകപ്പെടുത്തിയെടുക്കുന്നതിലെ വിരുതാണ് ജയപരാജയങ്ങൾ നിശ്ച യിക്കുന്നത്. വഞ്ചിവീട്, ചൂണ്ടയിടൽ, മദ്യലഹരി, ഇഷ്ടഭക്ഷണം, രതി മൂർച്ഛ എന്നിങ്ങനെ സുഖാനുഭൂതികളുടെ ഒരു കൊളാഷ് നിറച്ചുവച്ച്, കഥയെ പ്രത്യക്ഷത്തിൽ അനുഭവിക്കാവുന്ന ഒന്നായി പരിവർത്തനം ചെയ്യുകയാണ് "മീൻ പിടിക്കുന്നതും ഒരു കലയാണ്" എന്ന കഥയിൽ. പുരുഷൻ കാമപൂർത്തീകരണത്തിൽ തൃപ്തനാവുമ്പോൾ സ്ത്രീക്ക് പ്രണയത്തിന്റെ അതിലോലസ്പർശം കൂടി ചേർക്കുമ്പോഴാണ് രതി ആസ്വാദ്യമാവുക എന്നുള്ള പ്രകൃതിനിശ്ചിത വൈരുദ്ധ്യം കഥയെ, വഞ്ചി വീട് കായലോളങ്ങളിലെന്നപോലെ, മെല്ലെ ചാഞ്ചാടിച്ചുകൊണ്ടിരിക്കുന്നു. അതിന്റെ താളം കഥയ്ക്ക് നല്കുന്ന സവിശേഷ അന്തരീക്ഷം കഥാ കാരിയുടെ കൈയടക്കത്തിന് സാക്ഷ്യം പിടിക്കുന്നു. പ്രണയസംവാദ

ങ്ങൾക്ക് അടിയൊഴുക്കായുള്ള സ്ത്രീപുരുഷ മത്സരവും പ്രണയതരംഗത്താൽ അടിപതറാതെയുള്ള ചെറുത്തുനില്പും - ഇങ്ങനെ ഈ ചെറുകഥയിൽ ഒതുക്കിയെടുത്തിട്ടുള്ള കണ്ണികൾ ഏറെയാണ്. ഓരോ ചെറുകണ്ണിയും ചേർത്തുവച്ചുള്ള വായനയിൽ കായലിലെ നിഴല്പാടുകളായി തെളിയുന്ന ജീവിതാവസ്ഥകൾ പ്രഹേളികകളായി അവശേഷിക്കുന്നു.

"ലാഭത്തിനായി ഫാമുകളിൽ വളർത്തുന്ന കോഴിക്കുഞ്ഞുങ്ങൾ" ആയി മാറുവാൻ വിസമ്മതിച്ചുകൊണ്ട് വിദ്യാർത്ഥികൾ നടത്തുന്ന അവകാശ പ്രക്ഷോഭങ്ങളും അവരുടെമേൽ അടിച്ചേല്പിക്കപ്പെടുന്ന ആത്മഹത്യകളും തുടർച്ചയാവുന്ന സമ്മർദ്ദകാലത്തെ അടയാളപ്പെടുത്തുന്ന കഥയാണ് "ഉത്തരംതേടുന്ന ചോദ്യങ്ങൾ". നവീനവിദ്യാഭ്യാസ സമ്പ്രദായത്തിലുള്ള പാളിച്ചകൾ, അദ്ധ്യാപക വിദ്യാർത്ഥി ബന്ധത്തിലെ വിള്ളലുകൾ, സർക്കാരിന്റെയും മറ്റ് അധികാരസ്ഥാനങ്ങളുടെയും അനാവശ്യ ഇടപെടലുകൾ എന്നിവയാൽ സംഘർഷഭരിതമാവുന്ന വിദ്യാർത്ഥി ജീവിതം പുതുതലമുറയുടെ ഭാവിയെത്തന്നെയും പ്രതിസന്ധിയിലാക്കുന്നതിലുള്ള ഉൽക്കണ്ഠയാണ് പ്രമേയത്തിലും ക്രാഫ്റ്റിലും ഒരുപോലെ മികച്ചുനില്ക്കുന്ന ഈ കഥ അനുവാചകരുമായി പങ്കുവയ്ക്കുന്നത്.

വർണ്ണ/വർഗ്ഗ വിവേചനത്തിന്റെ ക്രൂരമുഖങ്ങളെയാണ് "മൂത്തോരൻ മകൻ മണിയൻ" അഭിസംബോധന ചെയ്യുന്നത്. ജാതിമതവിവേചനങ്ങൾ അനുദിനം വർദ്ധിച്ചുവരുന്ന ഒരു നാട്ടിൽ ഇരുട്ടിൽനിന്നുയരുന്ന രോദനങ്ങൾക്ക് ചെവികൊടുക്കാതെയുള്ള ഒഴിഞ്ഞുമാറ്റം സാമൂഹ്യപ്രതിബദ്ധതയുള്ള എഴുത്തുകാർക്ക് അസാദ്ധ്യം തന്നെ. തങ്ങളുടെ സർഗ്ഗാത്മക ലോകത്തേക്ക് അതിക്രമിച്ചുകയറുന്ന ദീനവിലാപങ്ങൾക്ക് അവർ അക്ഷരരൂപം നല്കുന്നു. "ചേരികളിലും പുറമ്പോക്കിലുമൊക്കെ പുഴുക്കളെപ്പോലെ കഴിയുന്ന നമ്മുടെ കൂട്ടർക്കും മനുഷ്യരെപ്പോലെ ജീവിക്കാനുള്ള അവകാശമുണ്ട്" എന്ന് ഡിഗ്രിപരീക്ഷ ഒന്നാംക്ലാസിൽ പാസായ മണിയൻ പ്രഖ്യാപിക്കുമ്പോൾ പാവം അമ്മയും ചേട്ടനും പ്രതീക്ഷകളും സ്വപ്നങ്ങളും ഉള്ളവരായിമാറുന്നു. എന്നാൽ, വ്യവസ്ഥിതി ഒന്നാകെ എതിർനില്ക്കുമ്പോൾ വ്യക്തിയുടെ മാത്രമായ ചെറുത്തുനില്പ് പിന്തുണയില്ലാതെ പരാജയപ്പെടുന്നു എന്ന നഗ്നയാഥാർത്ഥ്യം അവർക്കു മുന്നിൽ അനാവൃതമാവുകയാണ്. ഇന്റർവ്യൂബോർഡ്, പൊലീസ്, കോടതി ഇവയൊന്നും മാനവികതയുടെ ഉദാത്തതലങ്ങളിലേക്ക് ഉയരുന്നില്ല. എതിർപ്പിന്റെ നാമ്പുകളെ മുളയിലേ നുള്ളിയെറിയുന്നു. വിദ്യാഭ്യാസയോഗ്യതകൊണ്ട് നേടേണ്ടതായ ഉയർന്ന ജീവിതസൂചികയിൽ കണ്ണുനട്ട് കടന്നെത്തുന്ന ദളിത്/പിന്നോക്ക സമുദായ യുവത്വത്തിന് നിയമപരമായിത്തന്നെ അർഹതപ്പെട്ട നീതിയും ന്യായവും നിഷേധിക്കുന്ന അധികാരധാർഷ്ട്യത്തിനു നേരേയുള്ള സർഗ്ഗാത്മക പോരാട്ടമായി ഈ കഥ മാറുന്നുണ്ട്.

"ഇരുപത്തിയെട്ടു ദിവസത്തെ തീവ്രപരിചരണം ഏറ്റുവാങ്ങി അവളുടെ ജീവൻ എ പി എല്ലും ബി പി എല്ലും ഇല്ലാത്ത ലോകത്തേക്ക്

പറന്നുപോയി" എന്ന ഒരു വാചകത്തിൽ അടങ്ങുന്നത് ആതുരസേവന രംഗത്ത് നിലനില്ക്കുന്ന വിവേചനങ്ങളുടേതായ തീവ്രദുഃഖങ്ങളും തീരാ ദുരന്തങ്ങളുമാണ്.

വന്ധ്യതാചികിത്സ എന്നത് വിപണിസാദ്ധ്യത തുറന്നിടുന്ന മറ്റൊരു പുതുകാലവളർച്ചയാണ്. കൃത്രിമമായി വളർത്തിയെടുക്കുന്ന ഭ്രൂണങ്ങളിൽ ചിലതിന് ജീവിക്കാനുള്ള അവകാശം നല്കുക, മറ്റുള്ളവയെ നിർദ്ദാക്ഷിണ്യം കൊലപ്പെടുത്തുക. ഒരേ സമയം ജന്മം നല്കാനും ജന്മമെടുക്കാനുമുള്ള അവകാശം കൈയാളുന്ന മനുഷ്യൻ പണസമ്പാദനത്തിനായി ഏതൊക്കെ രീതിയിൽ തന്റെ അറിവും അധികാരവും മറ്റുള്ളവരിൽ അടിച്ചേല്പിക്കുന്നുവെന്നത് ആശങ്കാജനകമായ ഒരു സ്ഥിതിവിശേഷം സൃഷ്ടിക്കുന്നുണ്ട്. ശാസ്ത്രസാങ്കേതിക വിദ്യയുടെ "നെല്ലും പതിരും" തേടിയലയുന്ന കഥാകാരിയുടെ ശരി/തെറ്റ് വിചിന്തനമാണ് "ഊഷരതകൾ തളിർക്കുമ്പോൾ" എന്ന ചെറുകഥയിലൂടെ പ്രകടമാവുന്നത്.

"കൺട്രോൾ ചിപ്പി"ലുമുണ്ട് ഇത്തരമൊരു നിരീക്ഷണം. ശാസ്ത്രപുരോഗതിയിൽ മനുഷ്യൻ തന്നേക്കാൾ സമർത്ഥരായ റോബോട്ടുകളെ നിർമ്മിച്ചെടുക്കുന്നു. എന്നാൽ അവ മനുഷ്യനെ വെല്ലുവിളിക്കുന്ന തലത്തിലേക്ക് സ്വയം വളരുമ്പോൾ മനുഷ്യന്റെ അസ്തിത്വംതന്നെ ചോദ്യം ചെയ്യപ്പെടുന്ന ഭീതിദമായ അവസ്ഥ സംജാതമാവുന്നു. മനുഷ്യബുദ്ധി ഇനിയും കൂടുകയില്ല എന്നും ഇന്നത്തെ ജീവിതചുറ്റുപാടുകളിൽ മസ്തിഷ്കത്തിന് ഇതിലുമധികം ഊർജ്ജം നല്കാൻ മനുഷ്യന് കഴിയില്ല എന്നുമാണ് പ്രൊഫസർ ലാഫ്ലിന്റെ കണ്ടെത്തൽ. ഇത്തരം ശാസ്ത്രീയ നിരീക്ഷണങ്ങൾ സരോജത്തിന്റെ പല കഥകളിലും നിർബ്ബാധം കടന്നുവരുന്നതു കാണാം. സ്ത്രീയെഴുത്തുകളിൽ പൊതുവെ കുറവായ ശാസ്ത്രബോധവും നവീന സാങ്കേതിക അറിവുകളും സൂക്ഷ്മമായി സമ്മേളിപ്പിച്ചുകൊണ്ടുള്ള കഥാരചന ഈ എഴുത്തുകാരിയുടെ സവിശേഷതയാണെന്ന് എടുത്തുപറയേണ്ടിയിരിക്കുന്നു. വെള്ളത്തിലാശാന്മാർ എന്ന നാടൻ പേരിലറിയപ്പെടുന്ന ചെറുപ്രാണികളുടെ അതിജീവനവേവലാതികൾ അവയുടെതന്നെ സംഭാഷണങ്ങളായാണ് കഥയിൽ പകർത്തിയിരിക്കുന്നത്. മനുഷ്യൻ അപരനായി നില്ക്കുന്നു. അതിബുദ്ധിയുള്ള മനുഷ്യൻ സൃഷ്ടിച്ചെടുക്കുന്ന യന്തിരന്മാർ അവനേക്കാൾ കരുത്തും ബുദ്ധിയും ആർജ്ജിച്ച് "അവന്റെ മജ്ജയും മാംസവും ഊറ്റിയെടുത്ത് കൂടുതൽ ജൈവികത നേടി ലോകമായ ലോകമെല്ലാം അടക്കിവാഴും" എന്ന അപകടസൂചനയുണ്ടിതിൽ. ശാസ്ത്രത്തിന്റെ നിഗ്രഹാനുഗ്രഹശക്തികളെക്കുറിച്ച് നിലനില്ക്കുന്ന നിത്യസമസ്യ കഥാകാരിയേയും ആശങ്കപ്പെടുത്തുന്നു.

"തോപ്പുമുക്കിലെ ഭ്രാന്തി," "രതിനിദ്ര," "വെളുത്ത ചന്ദ്രക്കല," "കായലോളങ്ങൾ കഥാകാരിയോട് പറഞ്ഞതെന്ത്?" തുടങ്ങിയ കഥകളിൽ സ്ത്രീയുടെ അടക്കിവച്ച ലൈംഗികാസക്തിയുടെ അന്തർദ്ധാര

കാണാം. സ്ത്രീപക്ഷ എഴുത്ത് ശക്തിപ്രാപിച്ചതോടുകൂടി സ്ത്രീക്ക് സ്വന്തം ശരീരത്തിന്റെ ആഗ്രഹങ്ങൾ തിരിച്ചറിയാനും സഫലീകരിക്കാനുമുള്ള അവകാശമുണ്ട് എന്നും പുരുഷന്റെ ഉപഭോഗവസ്തു മാത്രമായി ഒതുക്കപ്പെടാനുള്ളതല്ല തന്റെ ശരീരമെന്ന് ഉറക്കെ പ്രഖ്യാപിക്കാനുള്ള കരുത്ത് അവൾക്കുണ്ടാവണമെന്നുമുള്ള ആശയങ്ങൾ പെൺമനസ്സുകളിൽ കുടിയേറി. ഈ കഥകളിൽ സ്ത്രീശരീരത്തിന് സഹജമായുള്ള രതിഭാവവും അത് പുരുഷനിലേല്പിക്കുന്ന വൈകാരികാഘാതവും മിന്നിമറയുന്നതു കാണാം. 'വെളുത്ത ചന്ദ്രക്കല', 'കായലോളങ്ങൾ കഥാകാരിയോട് പറഞ്ഞതെന്ത്?' എന്നിവയിൽ ഫാന്റസിയുടെ ലോലസ്പർശത്താൽ നിർമ്മിതമായ മറ്റൊരു ലോകത്തിന്റെ നിഴൽച്ഛായയും പരന്നിരിക്കുന്നു. സ്ത്രീ പലപ്പോഴും സ്വന്തം ആസക്തികളെ പരസ്യമായി അംഗീകരിക്കാനാവാതെ സ്വപ്നത്തെയോ മരണത്തെയോ മരണതുല്യമായ മറവിയെയോ ആശ്ലേഷിക്കുന്നത് മാധവിക്കുട്ടി മുതലുള്ള എഴുത്തുകാരികൾ കണ്ടെടുത്ത മനശ്ശാസ്ത്രസൂത്രങ്ങളാണ്. പുതുതലമുറയുടെ ആർജ്ജവത്തോടെ സരോജം അവയെ തനതായ ആഖ്യാനവഴിയിലൂടെ ആനയിച്ചിരിക്കുകയാണിവിടെ.

ആദ്യകഥയായ "കല്യാണിയുടെ ചിരി"യിലാവട്ടെ ഈയൊരു പെൺപോരിമ കുറേക്കൂടി ശക്തമായി വായിച്ചെടുക്കാനാവുന്നു. ഏതൊരു പുരുഷനെയും വശീകരിക്കാൻപോന്ന സ്ത്രൈണചാരുതയാണ് കല്യാണിയുടെ ചിരിക്കുള്ളത്. "കണ്ണഞ്ചുന്ന കാഴ്ചകൾക്കിടയിൽ ഒരു നിഷേധസൗന്ദര്യം പോലെ കല്യാണി! തീപറക്കുന്ന കണ്ണുകളും തെറിച്ച ചിരിയുമായി അവൾ ഉത്സവപ്പറമ്പാകെ നിറഞ്ഞുനിന്നു" എന്ന വിശേഷണത്തിൽ ഈ അസാധാരണ സ്ത്രീയുടെ സ്വത്വം ഒതുക്കിയിരിക്കുന്നു. നാട്ടിലെ ഏറ്റവും വലിയ ചട്ടമ്പിയായ നാരായണനെവരെ തന്റെ ചിരിയുടെ വാലിൽ കെട്ടിയിടാനുള്ള കഴിവുണ്ടവൾക്ക്. കെട്ടുകഥകളിൽ ജീവിക്കുന്ന അത്ഭുതകഥാപാത്രം പോലെ അവൾ ഉത്സവകാലത്ത് പ്രത്യക്ഷപ്പെടുകയും അതുകഴിഞ്ഞ് അപ്രത്യക്ഷയാവുകയും ചെയ്യുന്നു. ധിക്കാരച്ചന്തവും കൂസലില്ലാത്ത നോട്ടവും കുലീനകൾക്ക് ചേർന്നതല്ല എന്നു വിധിക്കുമ്പോഴും പുരുഷന് അവളുടെ സാന്നിദ്ധ്യം അവഗണിക്കാനാവുന്നില്ല എന്നതത്രെ സത്യം. "കാന്താരിക്കുന്നിൽനിന്നും ഇറങ്ങിവന്നതുപോലുള്ള ആ എരിപൊരിച്ചന്തത്തിൽ എല്ലാം മറന്ന്" നോക്കിനിന്നുപോവുകയാണവർ. ശരീരത്തിന്റെ ഉണർച്ചകളെ അവളുടെ ആ തെറിച്ച ചിരിയിൽ മുക്കിപ്പിഴിഞ്ഞുകൊണ്ട് നാരായണൻ അവളെ വീട്ടിലേക്ക് ക്ഷണിക്കുകയാണ്. "മുൻപരിചയമേതുമില്ലാത്ത ഒരാണിനോടൊപ്പം ഇറങ്ങിത്തിരിച്ചതിന്റെ ശരിതെറ്റുവിചാരങ്ങളോ ചെന്നുകയറാൻ പോകുന്ന വീടിനെക്കുറിച്ചുള്ള ഉൽക്കണ്ഠകളോ" ഒന്നുമില്ലാതെയാണ് കല്യാണി ഇഷ്ടംതോന്നിയ പുരുഷനൊപ്പം പോകുന്നത്. സ്ത്രീസ്വാതന്ത്ര്യത്തിന്റെ ഒരു തുറന്ന പ്രഖ്യാപനമാണിത്. ഒരേ കുടത്തിൽനിന്ന് കുടിച്ചും ഒരേ പാത്രത്തിൽനിന്ന് തിന്നും അവൾ പുരുഷനൊപ്പംതന്നെ ജീവിതം ആസ്വ

ദിക്കുകയാണ്. ജീവിതപ്രശ്നങ്ങളെ ഉറക്കെയുള്ള ചിരി മാത്രം ആയുധമാക്കി പ്രതിരോധിക്കുന്ന കല്യാണിയുടെ ഗർഭവും പ്രസവവും അപ്രത്യക്ഷമാകലുമൊക്കെ ഒരു മിത്തിന്റെ രൂപത്തിലാക്കി കഥയവസാനിപ്പിക്കുന്നു. ഗ്രാമീണപശ്ചാത്തലത്തിൽ, തികച്ചും നാടനായ കുറേ മനുഷ്യരെ അവതരിപ്പിച്ച്, ഉത്സവപ്പറമ്പുകളിലെ കള്ളുകുടിയുടെയും ആൺപെൺ ഇടപെടലിന്റെയും വർണ്ണാഭമായ കാഴ്ചകളിലൂടെ ഒരു പെൺചിരിയെ കേന്ദ്രമാക്കി ശില്പഭദ്രമായൊരു കഥയെഴുതുക എന്ന വെല്ലുവിളിയാണ് ഇവിടെ വിജയകരമായി പൂർത്തീകരിച്ചിരിക്കുന്നത്. കഥ വായിച്ചുകഴിഞ്ഞാലും അർത്ഥഗർഭമായ ആ ചിരി ഏതൊക്കെയോ രീതിയിൽ തന്റെ സന്മാർഗ്ഗചിന്തകളെ കളിയാക്കുന്നതായി അനുവാചകന് തോന്നിക്കൊണ്ടേയിരിക്കും.

“ക്ലൈമാക്സ് സൂപ്പർ” വേറിട്ടുനില്ക്കുന്ന പ്രതിപാദനത്താൽ ശ്രദ്ധേയമാണ്. കാറപകടത്തിൽ പരിക്കേറ്റ് മനോവിഭ്രാന്തിയിലായ സാന്ദ്ര എന്ന യുവതിയുടെ ഭ്രമക്കാഴ്ചകൾ സിനിമയുടെ ഷൂട്ടിങ്ങുമായി കൂട്ടിയോജിപ്പിച്ച് സൃഷ്ടിക്കുന്ന ഒരു സൂപ്പർ ക്ലൈമാക്സാണിവിടെ വായനക്കാരെയും വിഭ്രമിപ്പിക്കുന്ന രീതിയിൽ കഥാകാരി പറഞ്ഞു ഫലിപ്പിച്ചിരിക്കുന്നത്.
പുതുമയുള്ളൊരു പ്രമേയം ഒതുക്കത്തോടെ അവതരിപ്പിക്കുന്നതാണ് “വീടുകളുടെ വിലാപം.” അടഞ്ഞുകിടക്കുന്ന പ്രവാസിവീടുകൾ വഴിക്കണ്ണുമായി നില്പാണ്, വർഷങ്ങളുടെ ഇടവേളകളിൽ രണ്ടോമൂന്നോ മാസത്തെ താമസത്തിനെത്തുന്ന ഉടമസ്ഥരെ കാത്ത്. അലങ്കാരവിശേഷങ്ങളോടെ പണിതുയർത്തുന്ന ഇത്തരം പ്രവാസിവീടുകൾ കാറ്റും വെളിച്ചവും കിട്ടാതെയും മനുഷ്യസ്പർശമേല്ക്കാതെയും സ്വയം വിലപിച്ചുകൊണ്ടിരിക്കുന്നു എന്നത് ഒരു പുതിയ അറിവായി, നൊമ്പരമായി വായനക്കാരുടെ മനസ്സിലേക്ക് കടന്നുവരുന്നു. ആൾപ്പാർപ്പില്ലാത്ത വീടുകളുടെ ഏകാന്തതയും ഒറ്റപ്പെടലും പ്രവാസിജീവിതത്തിന്റെ വേരില്ലായ്മയുടെ അത്രതന്നെ തീവ്രമാവുമ്പോൾ കഥയുടെ വായന ചിന്തകളെ മറ്റൊരു വഴിയിലേക്കുകൂടി ആനയിക്കുകയാണിവിടെ. അന്തിയുറങ്ങാൻപോലും ഇടമില്ലാതെ അലയുന്ന ജനലക്ഷങ്ങളുടെ കൺമുന്നിലാണ് താമസക്കാരില്ലാതെ അടഞ്ഞുകിടക്കുന്ന ഇത്തരം ആഡംബരവീടുകൾ എന്നത് വ്യവസ്ഥിതിയുടെ മാത്രമല്ല കാലഘട്ടത്തിന്റെ തന്നെ ഒരു വൈരുദ്ധ്യമായി ചൂണ്ടിക്കാട്ടുകയാണ് കഥാകാരി ശങ്കർദാസ് എന്ന ആർക്കിടെക്ടിലൂടെ.

ശീർഷക കഥയായ “ജൽപായ്ഗുരിയിലെ അർദ്ധയാമം” യാത്രാകുതുകിയായ കഥാകാരിയുടെ വേറിട്ട ശൈലീഭാവങ്ങളാണ് വെളിവാക്കുന്നത്. യാത്രകളിൽ കാണുന്ന ജീവിതം എഴുത്തുകാർക്ക് എന്നും പുതിയ വിഷയങ്ങൾ വച്ചുനീട്ടുന്നു. യാത്രാവിവരണങ്ങൾ എഴുതുന്നതിൽ തല്പരയായ സരോജം വസ്തുതകൾ അവയ്ക്കായും സങ്കല്പങ്ങൾ കഥകൾക്കായും പങ്കുവയ്ക്കുകയാവാം. സാധാരണ സംഭവങ്ങളിൽ അസാധാരണത കണ്ടെത്തിയും അസാധാരണമായവയ്ക്ക് സാധാ

രണമായ കൂട്ടിച്ചേർക്കലുകൾ നല്കിയും രണ്ടും ഒരുപോലെ പൊലിപ്പിച്ചെടുക്കുന്ന മാന്ത്രികവിദ്യയും ഈ എഴുത്തുകാരി സ്വായത്തമാക്കിയിരിക്കുന്നു.

ന്യൂജൽപായ്ഗുരി റെയിൽവേ സ്റ്റേഷനിൽ അർദ്ധരാത്രിനേരത്ത് ഒറ്റയ്ക്ക് വന്നെത്തുന്ന ഒരു യാത്രക്കാരിയുടെ കണ്മുന്നിൽ അവതരിക്കുന്ന കാഴ്ചകളും കഥാപാത്രങ്ങളും അവരുടെ ഭാവനയുടെ അധികമാനത്താൽ മറ്റൊന്നായി മാറുന്നതാണ് കഥയുടെ പ്രമേയം. "കഞ്ചാവു പൂക്കുന്ന കുന്നുകളെ വൻനഗരങ്ങളുമായി ബന്ധിപ്പിക്കുന്ന" ജൽപായ്ഗുരി രാത്രിയുടെ അർദ്ധയാമത്തിൽ ഭീതിദമായ രൂപപ്പകർച്ചകളോടുകൂടി ഒരു അപസർപ്പകനോവലിലെ ദൃശ്യപശ്ചാത്തലത്തിനു സമാനം വികസിക്കുന്നു. ഒറ്റയ്ക്കുള്ള യാത്രയുടേതായ അരക്ഷിതാവസ്ഥയിൽ കാണുന്നതിനെയെല്ലാം ഭയപ്പാടോടെ നോക്കുകയും എവിടെയും അപകടം മണക്കുകയും ചെയ്യുകയാണവർ. ഭയസംത്രാസങ്ങൾക്കിടയിൽ, ഹിമാലയത്തിന്റെ താഴ്വരയിലുള്ള പുരാതനമായ ബുദ്ധക്ഷേത്രത്തിലെ പ്രവചനസിദ്ധിയുള്ളൊരു സന്ന്യാസി നല്കിയ പ്രാർത്ഥനാപതാകയെപ്പറ്റി ഓർമ്മവരികയും ദിവ്യമായൊരു കാവൽമന്ത്രം കൈയിലുള്ളപ്പോൾ താനെന്തിനാണ് മോഷ്ടാക്കളെ പേടിക്കുന്നതെന്ന് അത്ഭുതപ്പെടുകയും ചെയ്യുന്നു. പതാകച്ചുരുളിൽ ബുദ്ധന്മാരുടെ രക്ഷാമൂർത്തിയായ ഗുരു പത്മസംഭവ പത്നിമാരായ മെന്തരാവയോടും യെഷേ സൊഗ്യാലിനോടും ഒപ്പമുള്ള ചിത്രങ്ങളാണ് മുദ്രണം ചെയ്തിരിക്കുന്നത്. ഇത്തരം വിശേഷ വിവരണങ്ങളിലൂടെ, യാത്രകളിൽനിന്ന് കഥാകാരി നേടിയ അറിവുകളുടെ ഒരംശം വായനക്കാരും പങ്കുപറ്റുന്നു. ഒടുവിൽ, ഏതാനുംചില യാത്രക്കാർകൂടി വന്നുചേരുകയും വണ്ടി പുറപ്പെടുകയും ചെയ്യുമ്പോൾ അർദ്ധയാമത്തിന്റെ മായികപ്രതീതി പതുക്കെ മാഞ്ഞുപോവുകയും യാഥാർത്ഥ്യത്തിന്റെ പ്രകാശപ്പരപ്പിൽ കഥയും കല്പനയും കെട്ടിമറിഞ്ഞുള്ള ആഖ്യാനം വെളിപ്പെടുകയും ചെയ്യുന്നു. ഇവിടെ വായനക്കാരെ മറ്റൊരു സമകാല ദുരന്തദർശനത്തിലേക്ക് തിരിച്ചുവിടുകയാണ് കഥാകാരി. താൻ മോഷ്ടാവെന്ന് കരുതി ഭയപ്പെട്ട ആ സ്ത്രീരൂപം പടിക്കെട്ടുകൾക്കടിയിൽ തലമൂടിക്കിടക്കുന്ന ജഡത്തിനരികിൽ തളർന്നിരുന്ന് കണ്ണീർവാർക്കുന്നു! സാമ്പത്തികമനുഷ്യന് ഒഴിച്ചുകൂടാനാവാത്ത വിസകാർഡുകളും യാത്രാരേഖകളുമൊക്കെ ഇത്തരം ജഡജീവിതങ്ങൾക്ക് പാഴ്വസ്തുക്കൾ മാത്രമാണെന്ന പ്രായോഗികപാഠം പകർന്ന് കഥാകാരി കൃതാർത്ഥയാവുന്നു. ക്രാഫ്റ്റിന്റെ കരുത്തുകൊണ്ട് മറ്റുകഥകളിൽനിന്ന് വേറിട്ടു നില്ക്കുന്നു അസാധാരണമായ ഈ ശീർഷക കഥ.

ഈ സമാഹാരത്തിലെ ഓരോ കഥയിലൂടെയും അനായാസസഞ്ചാരംചെയ്യുന്ന അനുവാചകന് സാർത്ഥകമായ വായനാനുഭവമാണ് ലഭിക്കുക. വൈവിദ്ധ്യമുള്ള പ്രമേയങ്ങൾ തെരഞ്ഞെടുത്ത് ഓരോന്നിനും അനുയോജ്യമായ ഭാഷയും ശൈലിയും പശ്ചാത്തലവുമൊരുക്കി കഥയുടെ സുന്ദരശില്പത്തിനുള്ളിൽ ഒതുക്കിയെടുക്കുന്നതിൽ സഹജമായ

പ്രതിഭയുടെ മിനുക്കിത്തുടച്ച തെളിച്ചമാണ് കാണുന്നത്. പെണ്ണെഴുത്തിന്റെ വാർപ്പുമാതൃകകളെ അവഗണിച്ചുകൊണ്ട്, ദാമ്പത്യേതര ലൈംഗികതയെയും സ്വതന്ത്രലൈംഗികതയെയും താലിക്കുരുക്കില്ലാത്ത ഒത്തുജീവിതത്തെയും പുറമ്പോക്കുജീവിതങ്ങളെയുമൊക്കെ കഥാവിഷയങ്ങളാക്കുകവഴി സ്ത്രീമനസ്സുകളുടെ വ്യത്യസ്തങ്ങളായ വിചിത്ര സഞ്ചാരങ്ങളെയും സ്വതന്ത്രാഭിലാഷങ്ങളെയും പുറമ്പോക്കുകളിൽനിന്ന് തുറസ്സിടങ്ങളിലേക്ക് ഇറക്കിവിടുകയാണ് സരോജം തന്റെ കഥകളിലൂടെ ചെയ്തുകൊണ്ടിരിക്കുന്നത്.

എസ് സരോജം തന്റെ സർഗ്ഗയാത്ര തുടങ്ങിയിട്ട് ഒന്നര പതിറ്റാണ്ടാവുന്നതേയുള്ളൂ. കഥകളും നോവലുകളും കവിതകളും യാത്രാവിവരണങ്ങളും സാഹിത്യനിരൂപണവുമായി പന്ത്രണ്ടിലേറെ പുസ്തകങ്ങൾ പ്രസിദ്ധീകരിച്ചുകൊണ്ട് ഈ കാലയളവിനെ സാർത്ഥകമാക്കിയ എഴുത്തുകാരിക്ക് "ഉറങ്ങുന്നതിനു മുൻപേ ഏറെദൂരം നടന്നുതീർക്കുവാനുണ്ട്" എന്ന ജാഗ്രതയുണ്ട്. അതുകൊണ്ടുതന്നെ ഇനിയുമേറെ പ്രതീക്ഷിക്കാം ഈ പൊൻ/പെൺ തൂലികയിൽനിന്നും.

9 789387 842779

Printed by Libri Plureos GmbH in Hamburg,
Germany